எண்ணும் எழுத்தும்

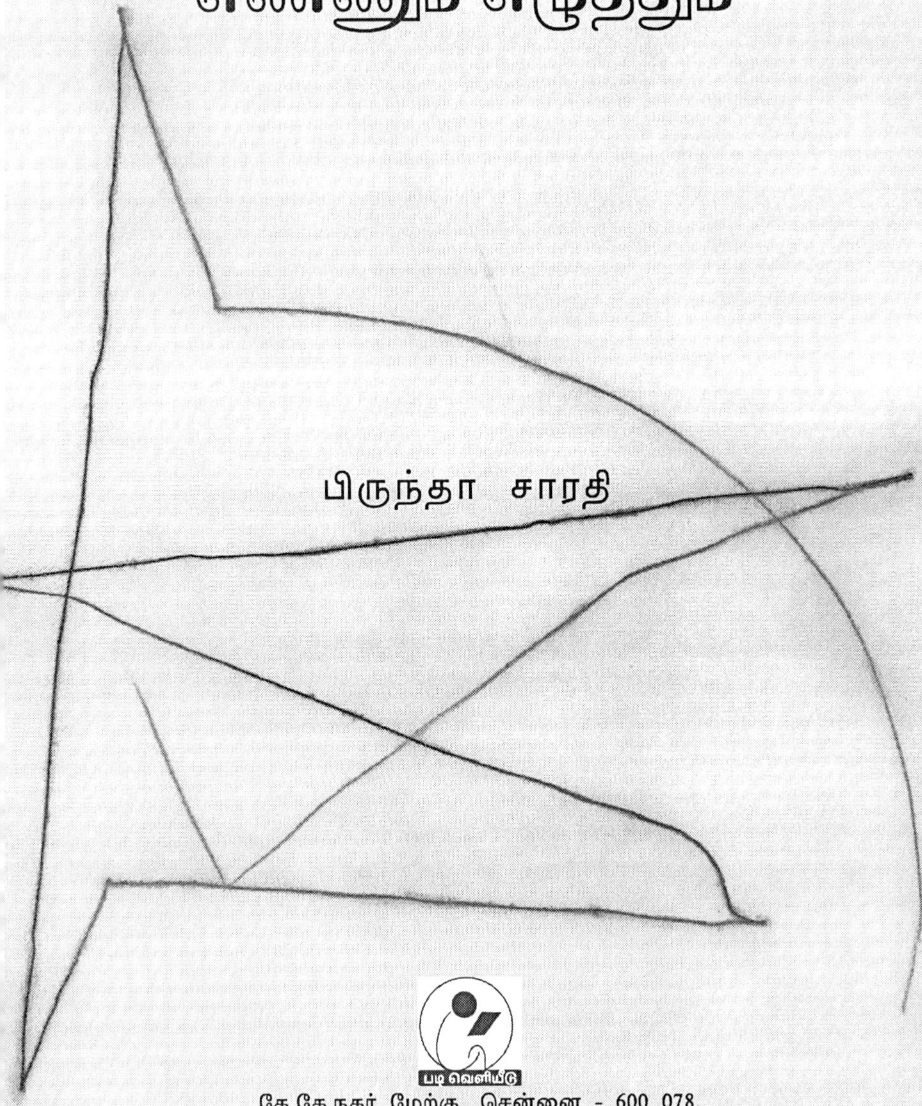

பிருந்தா சாரதி

படி வெளியீடு
கே.கே.நகர் மேற்கு, சென்னை - 600 078.
(பாண்டிச்சேரி கெஸ்ட் ஹவுஸ் அருகில்)
Ph: 044-4855 7525 Mobile: +91 87545 07070

எண்ணும் எழுத்தும் (கவிதைகள்)
ஆசிரியர்: பிருந்தா சாரதி©

Ennum Ezhuthum (Poems)
Author: Brindha Sarathi (@) Na.Subramanian©

Padi Veliyeedu (A Division of Discovery Book Palace)
First Edition : Jan - 2017
Pages: 88 - ISBN: 978-93-84302-23-8
Back cover photo: Iyyappa Mathavan
Back Cover Photo design: Na.Subramian
Book Design: Discovery Team

6, Mahaveer Complex, Munusamy Salai,
K.K.Nagar West, Chennai-600 078.
Ph: +91 - 44-4855 7525
Mobile: +91 87545 07070

E-mail: discoverybookpalace@gmail.com,
Website: www.discoverybookpalace.com

Rs. 70

எண்ணென்ப ஏனை எழுத்தென்ப இவ்விரண்டும்
கண்ணென்ப வாழும் உயிர்க்கு.

திருவள்ளுவருக்கும்
கணிதமேதை இராமானுஜத்துக்கும்

பிருந்தா சாரதி

பிருந்தா சாரதி எனும் புனைப்பெயரில் எழுதிவரும் நா.சுப்பிரமணியன். 1965-ல் கும்பகோணத்தில் பிறந்தவர். பெற்றோர் சுப.நாராயணன் - ருக்மணி. மதுரை மாவட்டம் மேலூர் அருகேயுள்ள சண்முகநாதபுரம் கிராமம் இவரது பூர்வீகம்.

கும்பகோணம் அரசினர் ஆடவர் கல்லூரியில் இயற்பியல் இளம் அறிவியல் பட்டமும். மதுரை காமராசர் பல்கலைக்கழகத்தின் அஞ்சல்வழிக் கல்வியில் முதுகலைத் தமிழ் இலக்கிய பட்டமும் பெற்றவர். கம்பன் கழகம் நடத்திய அனைத்துக் கல்லூரி கவிதைப் போட்டியில் தமிழ்நாடு அளவில் முதல் பரிசு பெற்றவர்.

'கல்கி' பொன்விழா கவிதை போட்டியில் பரிசு பெற்றவர். 1992-ஆம் ஆண்டு இவரது முதல் கவிதை நூலான 'நடைவண்டி' வெளியானது.

நடிகர் நாசர் இயக்கிய 'அவதாரம்' 'தேவதை' இயக்குநர் என்.லிங்குசாமி இயக்கிய 'ஆனந்தம்' ஆகிய படங்களில் உதவி மற்றும் இணை இயக்குநராகவும் பணியாற்றியவர்.

கவிஞர் வைரமுத்து இயக்கிய 'கவிதை பாருங்கள்' என்ற கவிதைகளைக் காட்சிப்படுத்தும் தொலைக்காட்சித் தொடரில் இணை இயக்குநராக பணிபுரிந்தவர்.

2003-ஆம் ஆண்டு 'தித்திக்குதே' என்ற திரைப்படத்தை இயக்கிய இவர். இயக்குநர் என்.லிங்குசாமியின் 'ஆனந்தம்', 'பையா', 'வேட்டை', 'அஞ்சான்' முதலிய திரைப்படங்களுக்கு உரையாடல் எழுதியுள்ளார்.

உலகத் தமிழாராய்ச்சி நிறுவனம் 2007-ஆம் ஆண்டு வெளியிட்ட 'Tamil Poetry Today' எனும் புதுக்கவிதைத் தொகை நூலில் இவரது 'ஊமை' என்ற கவிதை ஆங்கிலத்தில் மொழி பெயர்க்கப்பட்டு சேர்க்கப்பட்டுள்ளது. இவரது 'ஞாயிற்றுக்கிழமைப் பள்ளிக்கூடம்' கவிதைத் தொகுதி 2016 ஆம் ஆண்டுக்கான ஜெயந்தன் படைப்பிலக்கிய விருதைப் பெற்றது. இவரது மற்றுமொரு கவிதை நூல் 'பறவையின் நிழல்'.

brindasarathi@gmail.com
www.fb.com/Brindha sarathy

ஒளியை அடைவார்
கவிக்கோ அப்துல் ரகுமானின் அணிந்துரை

எண்ணென்ப ஏனை
எழுத்தென்ப இவ்விரெண்டும்
கண்ணென்ப வாழும்
உயிர்க்கு.

என்கிறார் வள்ளுவர்

நான் ஒற்றைக் கண்ணன்.
எண்களென்றாலே
எனக்குப் பிடிக்காது.

ஆனால் விதி
எண்ணப் பிடிக்காதவனை
எண்ணுவதையே
பிழைப்பாக்கிவிட்டது.

'ஒன்றை
இரண்டாகப் பிரித்ததே
இரண்டும் ஒன்றாவதற்குத்தான்'

இப்படி நான் எழுதியிருக்கிறேன்.

அதை அப்படியே பிருந்தா சாரதி
எண்ணியிருக்கிறார்.
வியப்பேதுமில்லை.
ஒரே பாதையில் நடப்பவர்கள்
அதே காட்சிகளையே பார்ப்பார்கள்.

நான் நடக்கும் பாதையிலேயே
பிருந்தா நடக்கத் தொடங்கியிருக்கிறார்.
ஒளியை அடைவார்.

முதலில்
பூஜ்யம்தான் இருந்தது.
அது முட்டையாகவும்
கோழியாகவும் இருந்தது

பூஜ்ஜியத்திலிருந்துதான்
ஒன்று வெளிப்பட்டது.

அந்த ஒன்றிலிருந்தே
மற்ற எண்கள் பிறந்தன.

இது கூட்டலாகவும்
பெருக்கலாகவும் நடந்தது.

இறுதியில் எல்லாம்
ஒன்றில் ஒன்றும்.
அந்த ஒன்று
பூஜ்ஜியத்தில் ஒடுங்கும்.

ஆதியும் பூஜ்ஜியம்
அந்தமும் பூஜ்ஜியம்
அதுதான் முப்பாழ்
அதுதான் மோட்சம்
அதுதான் நிர்வாணம்
அதுதான் வீடுபேறு

நாமும்
பூஜ்ஜியத்திலிருந்துதான் வந்தோம்
இறுதியில்
பூஜ்ஜியத்திற்குள்தான் மறைவோம்.

எண்களை விட மதிப்புடையது
பூஜ்ஜியம்தான்.

அதன் இடம் விசாலமானது.
எல்லையற்றது.
இறைவன் அங்கேதான் இருக்கிறான்.

இறைவன்
பூஜ்ஜியத்துக்குள் இருக்கிறான்
என்பது கூடத் தவறு.

அவன் பூஜ்ஜியமாகவே
இருக்கிறான்.
எல்லா எண்களையும்
உள்ளடக்கிய பூஜ்ஜியமாக.

இந்த தத்துவத்தின் சாரத்தை
'கூட்டிக் கழித்து வாழ்
பூஜ்ஜியம் என்று
புரிந்துகொண்டு போ.'
என்ற வரிகளில் பிழிந்து தந்துவிடுகிறார்
பிருந்தா.

உண்மையில் எல்லாக் கணக்குகளின்
விடையும் பூஜ்ஜியமே.

தேர்வில் பூஜ்ஜியம் வாங்குகிறவன்
தோற்கிறான்.

ஆனால் வாழ்கையில் பூஜ்ஜியம்
வாங்குகிறவன் ஞானியாகிறான்.

பிருந்தா சாரதி எண்களைப் பற்றியே
எண்ணி எழுத்தாக்கியிருக்கிறார்.
எண்ணையே எழுத்தாக்கியிருக்கிறார்.
அவருக்கு மதிப்பெண்ணாக நான்
பூஜ்ஜியத்தை வழங்குகிறேன்.

பிருந்தாவின் கவிதைகள்
பிருந்தாவனமாய் விரிகின்றன.

அங்கே அவர் கண்ணனாகிக்
குழலூதுகிறார்.
எண்களெல்லாம் கோபியர்களாகி
அவரைச் சுற்றி ஆடுகின்றன.

*

பிருந்தா திரைப்பட உலகத்திலிருக்கிறார்
அதனால் எனக்குக் கொஞ்சம்
அச்சமாக இருக்கிறது;
எங்கே அவர் புல்லாங்குழல்
அடுப்பூதும் குழலாக மாறிவிடுமோ
என்று.

அவர் தன்னையும், தன் புல்லாங்
குழலையும் காப்பாற்றிக்கொள்ள வேண்டும்.
ஏனென்றால் அந்தப் புல்லாங் குழலில்
அமர கீதங்கள் பல
கர்ப்பத்தில் இருக்கின்றன.

அப்துல் ரகுமான்
4.1.2017

பரிசோதனை முயற்சியே பெருமிதத்துக்குரியதுதான்

கவிஞர் விக்ரமாதித்யனின் ஆய்வுரை

திருநாவுக்கரசு சுவாமிகள் பாடிய, 'விடம் தீர்த்த பதிகம்'த்திலேதான் முதன்முதலாக ஒன்று முதல் பத்து வரையிலான எண்கள் பயின்று வருகின்றன.

கவிஞர் பிருந்தா சாரதியின் "எண்ணும் எழுத்தும்" தொகுப்புக் கவிதைகள், எண்களை மையமிட்டு, அவற்றோடு பூஜ்யம் மற்றும் எண்ணிலி ஆகியனவற்றையும் சேர்த்துப் பாடுபொருள்களாக அமையப்பெற்றிருக்கின்றன; எண்களைக் கொண்டு என்ன எழுதமுடியும்; அனுபவம், உணர்வு, சிந்தனை பின்னிப்பின்னி இயற்றியுள்ளார், அத்தனையையும்; எண்களின் அடிப்படையில் எழுதப்பெற்றவை என்பதனால், தலைப்பு சரியாகவே பொருந்துகிறது.

விஷயம், கருக்கொண்டதே அனுபவத்தில்தான்; அஃது உண்டுபண்ணிய உணர்வினால்தான்; சிந்தனையினால்தான்; அவையெல்லாம் கூடிக்கலந்தே கவிதைகளாக உருக்கொண்டுள்ளன; உள்ளபடியே, இஃது ஓர் சோதனைமுயற்சி; எந்த ஒரு பரிட்சார்த்தமும், வெற்றிபெற்றால் கொண்டாட்டத்திற்கு உரியது; புதிதாகச் செய்து பார்ப்பதே பெருமைப்படுத்தத் தக்கதுதான்; அந்த வகையில், இந்தக் கவிதைகளைக் காணலாம்; ஐந்துக்கு இரண்டென்றாலும் தாழ்விலை.

*

பிருந்தா சாரதியின் முதல்தொகுப்பு, 'நடைவண்டி' 1992—ல் வந்துள்ளது; இருபத்து நான்காண்டு இடைவெளிக்குப் பிறகு — 2016இல் — 'ஞாயிற்றுக்கிழமைப் பள்ளிக்கூடம்' 'பறவையின் நிழல்' இரண்டும் வருகின்றன; இக்காலத்தில், திரைப்படத் துறையில், வசனகர்த்தாவாக / இயக்குநராகச் செயல்பட்டு வருகிறார்; மூன்று பத்தாண்டுகளில், நவீன கவிதை நிறையவே மாறி, வளர்ந்து நிலைகொண்டு நிற்கிறது; இத்தகைய சூழலில் மறுபிரவேசம்; இதை மனசில்கொண்டே, பிருந்தாவின் கவிதைகளை அணுகவேண்டியதிருக்கிறது; காலத்துக்குக் காலம் கலை இலக்கியப் போக்குகள் மாற்றம் கொள்வது இயல்புதானே.

*

'பூஜ்யம் பிறந்த கதை', அபூர்வமானது; எண்கள், கடவுளை வழிபட்டுத் தாம் பல்கிப் பெருக வரம் வேண்ட, அவரே பூஜ்யம்

ஆகிறார்; பூஜ்யத்துக்கு முன் எந்த ஓர் எண்ணுக்கும் மதிப்புக் கூடும் இல்லையா; கற்பனைவளமும் கதை சொல்லும் பாங்கும் இசையப்பெற்று வடிவுகொண்டிருக்கிறது; எண்ணிக்கையால் தீர்மானிக்கப்படுவதில்லை, கவிஸ்தானம்; சிறந்த ஒரு கவிதையே போதுமானது; இஃது அப்படியானது.

'ஆறு' மிகப்பெரிய பொருளை, கதையாக, எளிமையுடன் / சுவாரஸ்யத்துடன் எடுத்துரைக்கிறது; அருமையான கவிதை.

ஐம்பூதங்களையும் கவிதையில் கொண்டுவந்திருக்கும் 'ஐந்து'ம் கதாரூபம்தான்; சொல்முறையினாலேயே பொருள் துவங்க இன்றியமையாத கவிதையாக உயர்ந்துவிடுகிறது.

'முத்தொழில்' யுகயுகமாகத் தொடரும் நிகழ்வுகள், விவரிப்புகளாலேயே விளங்க வைக்கப்படுகின்றன; பிரபஞ்ச இயக்கமே பேசப்படுகிறது; சுதாவான கூறலில், உள்ளது உள்ளபடியே உணர்த்தப்படுவதில் கவனிப்புக்குரியதாகிறது.

புனைவு, வசப்படுகிறது; சொல்முறை, சுருதி சேர்கிறது; விஷயத்தெளிவு, வாய்த்திருக்கிறது; எளிமை, இயல்பாகவே இருக்கிறது; இவையெல்லாமே பிருந்தாவின் சம்பத்து; இவற்றைக்கொண்டே கொடுமுடி காணலாம்; அவரால் முடியும்.

'கணக்குப் பரீட்சை; முடிவிலாத் திகில் கனவு', தன் வரலாற்றின் ஒரு பக்கம்; எண்பதுகளின் நடுவே எழுதியது; கல்லூரிக் காலத்தில் நேர்ந்தது; காலத்தின் சாயல் காணக் கிடைக்காத கவிதையே, கவிஞனின் கொடையென்றாகும்.

இதுபோல எண்களைவைத்து எழுதுகையில், அது தன்போக்கிலேயே தத்துவார்த்தமாகக் கோலம் கொள்வதும் தவிர்க்கவியலாததுதான்; கவிதையானால் லாபம்; இல்லெங்கில், நஷ்டம் ஒன்றுமில்லை. இந்தவிதத்தில், 'ஒன்று', 'பூஜ்யம்', 'வெற்றிடம்', 'ஒன்றுமற்ற வெளியில்', 'எண்ணும் எழுத்தும்' முதலானவை குறிப்பிட வேண்டியவையே ஆகும்.

பிருந்தா சாரதி தொடர்ந்து, தொய்வின்றி எழுதவேண்டும்; "பாடப்பாட ராகம்" என்பதுமாதிரி, கவிதைக்கும் சாதகம் அவசியம்தான்; சமகாலக்கவிதைப் போக்குகள் அறியாதவரல்லர் அவர்; நிறையவே படிக்கிறவர்தான்; காலம் ஏற்படுத்திய இடைவெளியை இட்டு நிரப்ப வேண்டியதாகிறது; பிறகென்ன தடையிருக்கபோகிறது; நண்பர், நல்ல உழைப்பாளியும்கூட; வரும் நாட்களில் சீரிய கவிஞனாகத் திகழவே விழைவு.

சென்னை | வாழ்த்துகளுடன்

04.01.2017 | **விக்ரமாதித்யன்**

கவிதையும் கணிதமும் ஒன்றிணையும் தருணம்
எழுத்தாளர் எஸ்.ராமகிருஷ்ணனின் சிறப்புரை

எண்கள் கணிதத்திற்கு மட்டுமேயானவையில்லை. அவற்றைத் தத்துவமும் கவிதையும் கையாளும்போது அதன் இயல்பும் அர்த்தமும் மாறிவிடுகின்றன. கணிதம் எண்களைக் கொண்டு வேறுபடுத்தலையும் பகுத்து அறிதலையும் மேற்கொள்கிறது. எண்களுக்குள்ளும் முழுமையும் கலப்பும் மிகையும் குறையும் உள்ளன. கவிதை வேறுபாடுகளைக் களைந்து ஒன்றுசேர்த்தலுக்கு எண்களைப் பயன்படுத்துகிறது. கவிதையின் இயல்பே ஒன்று சேர்ப்பதுதானே.

மல்பா தஹான் எழுதிய 'எண்ணும் மனிதன்' என்றொரு கணிதம் சார்ந்த நாவலை வாசித்திருக்கிறேன். கணக்கீடுகளின் அற்புதம் பற்றிய அந்நாவலில் எண்கள் மாயத்தன்மை கொண்டவை. புதுமையானவை. புதிரானவை. நுண்கணிதமுறையில் தேர்ச்சி பெறுவது மெய்யியல் அனுபவம் போன்றதே என்கிறான் பெரமிஸ் என்ற கதாபாத்திரம். நாவலில் ஒருமுறை பறவைகளைக் கணக்கிடும் சோதனை நடைபெறுகிறது. அதில் வெற்றியடையும் போது பெரமிஸ் சொல்கிறான்.

ஒவ்வொரு பறவையும் ஒரு புத்தகம். கடவுளின் நூலகமான பறவையைக் கூண்டில் அடைப்பதோ, அழிக்க முற்படுவதோ மாபெரும் குற்றம்.

இந்த வரிகளின் வழியே அவன் கவிதைக்குள் நுழைந்துவிடுகிறான். கவிதையும் கணிதமும் ஒன்றிணையும் தருணங்கள் இத்தகையது தான்.

ஒன்றுமில்லை என்பதை ஒரு எண் உருவமாகவும் அதை ஒரு மதிப்பாகவும் கருதும் கணிதக் கோட்பாட்டுக்கான விதை இந்தியாவில்தான் தொடங்கியது

சூன்யம் எனப்படும் சொல்லை பிங்கலர் பயன்படுத்தியதாகச் சொல்கிறார்கள். கி.பி. 458— ல் லோக விபாகா எனும் சமண நூல் ஜீரோவை இட மதிப்புக் கோட்பாட்டின்படி

பயன்படுத்தியுள்ளதாகக் கண்டறியப்பட்டுள்ளது. இந்தியக் கணித மேதை ஆரியபட்டரும் பூஜ்யத்தைப் பற்றி விவாதித்துள்ளார்.

தமிழில் எண்களுக்குத் தனி வரிவடிவங்கள் உள்ளன. இன்று நாம் பயன்படுத்தும் முறை ஐரோப்பியர்களால் அறிமுகப்படுத்தபட்ட அரபி எண்களாகும். கணிதஉலகில் எண்களின் புதிர்தன்மை இன்றும் தீராத கருப்பொருளாக விவாதிக்கப்பட்டே வருகின்றன.

பிருந்தாசாரதியின் கவிதைகள் பெரிதும் எளிமையானவை. உணர்ச்சிகரமானவை. காதலைக் கொண்டாடுபவை. இந்தத் தொகுப்பு அவரது முந்தைய கவிதைத்தொகுப்பிலிருந்து மாறுபட்டிருக்கிறது. எண்களை ஆராயத்துவங்கிய இக்கவிதை தத்துவத்தில் சாய்மானம் கொண்டு வாழ்க்கையை அணுகுகிறது.

பிரிவுத்துயர்தான் இக்கவிதைகளின் அடிநாதம். எண்கள் அவருக்குப் பிரிவின் வலியை அதிகமாக்குகின்றன. நீ, நான் என்பதெல்லாம் எண்களாக மாறுகின்றன. பூஜ்யத்தின் கதையைக் கவிதையாக எழுதும்போது, அதில் தன்னிலையைப் பூஜ்யத்தின் அடையாளமாகப் பொருத்திக் கொள்கிறார். தன்னிலையின் துயரத்தை இப்படி எண்களின் வழியே கவிதைகளாக உருமாற்ற முயன்றிருப்பது அவரது கவித்துவத்தின் புதுமையே.

எரிந்து கொண்டிருக்கும் இரண்டு ஊதுவத்திகள் புகை வழியாக ஒன்று கலப்பதை பற்றிய ஒரு கவிதை இத்தொகுப்பிலுள்ளது. அது அபூர்வமானது. தன்னை அழித்துக்கொள்ளும் இரு உயிர்கள் தன்னியல்பாக ஒன்றிணையும் அபூர்வமான தருணம் ஒன்றை அக்கவிதை காட்சிப்படுத்துகிறது.

கவிதைகளின் துணையே பிருந்தாவின் அன்றாட வாழ்வை அர்த்தமுள்ளதாக்குகிறது. இக்கவிதைகள் வாசகனுக்கும் அத்தகைய அனுபவத்தை வழங்கும் என்பதே இதன் தனிச்சிறப்பு

மிக்க அன்புடன்,

எஸ்.ராமகிருஷ்ணன்.

21.12.2016

எண்ணி எண்ணிப் பார்க்கிறேன்

என்னுரை

இயக்குநர் லிங்குசாமியின் திரைப்படக் கதை விவாதம் ஒன்றிற்காக மதுரை சென்றிருந்தோம். கதை விவாதம் சூடு பிடித்து உஷ்ணம் கொஞ்சம் அதிகமானது. அது போன்ற நேரங்களில் பேச்சை வேறு பக்கம் திருப்புவார் லிங்குசாமி. தேநீர் வரவழைத்து வேறு ஏதாவது பற்றிப் பொதுவாக பேசிக்கொண்டு இருப்போம்.

அன்று ஒரு நண்பர் இயக்குநரைப் பார்க்க வந்திருந்தார். அவர் எண் கணிதம் பற்றி சிலவற்றைக் கூற எல்லோரும் அவரவர் பிறந்த தேதி, ஆண்டு, பெயர் எழுத்துகளின் கூட்டுத்தொகை என ஆராய ஆரம்பித்தோம். இந்த பேச்சு ஒரு மணி நேரத்தில் முடிந்து போயிற்று. ஆனால் இந்த எண்கள் எனக்குள் ஏதோ செய்ய அவற்றைப் பற்றி எண்ணத் தொடங்கினேன்.

ஒன்றை இரண்டாகப் பிரித்ததே

இரண்டும் ஒன்றாவதற்குத்தான்

என்று ஒரு வரி மனதில் தோன்றியது. அதைத் தொடர்ந்து 'ஒன்றை' பற்றி வேறு சில வரிகளும் தோன்ற இரவில் தூக்கம் போனது. விடாமல் எழுதி 'ஒன்று' என்ற தலைப்பில் அதை முகநூலில் வெளியிட்டேன்.

அதைப் பார்த்த என் நண்பர் கவிஞர் ரவி சுப்ரமணியன் 'ஒன்றோடு முடித்துவிடாமல் இரண்டு மூன்று... என்று தொடர்ந்து பாடு...'என்று கமெண்ட் போட்டு, இதை ஔவையிடம் முருகன் சொன்னது போல் வாசிக்கவும் என அடைப்புக்குறிக்குள் எழுதியிருந்தார். எனக்கும் மற்ற எண்களைப் பற்றி எழுதும் எண்ணம் இருந்தது. வேறு பல நண்பர்களும் 'ஒன்று' கவிதைக்கு விருப்புக்குறிகளை இட்டு உற்சாகமூட்டினர்.

எனவே இரண்டு... மூன்று... என எண்களைத் தலைப்பாகக் கொண்ட கவிதைகளை எழுதி வெளியிட்டேன்.

என்ன எழுத வேண்டும் என்பதை அன்றன்றுதான் யோசிப்பேன்.

இரண்டு என்ற தலைப்பில் என்ன எழுத என்று யோசிக்க 'இருமை' பற்றி எழுதலாம் என்று தோன்றும். மேடு — பள்ளம், இரவு — பகல், நல்லது — கெட்டது என உலகில் உள்ள எல்லாமே இரண்டிரண்டாகத்தானே இருக்கின்றன...அதை எழுதினேன்.

மூன்று என்று நினைத்ததும் 'நான் புடிச்ச முயலுக்கு மூன்று கால்' என்னும் பிடிவாத குணம் பற்றித் தோன்ற அதை எழுதினேன்.

அது போலவே மற்றவை பற்றியும்...முக்கியமாக 'ஐந்து' பற்றி யோசித்தபோது பஞ்ச பூதங்களையும் உயிர்கள் தோன்றிய விதத்தை எழுதியதும் மகிழ்ச்சியூட்டிய அனுபவம்.

அந்தந்த எண்ணை நினைத்தவுடன் தோன்றும் முதல் எண்ணத்தைப் பின்தொடர்ந்து சென்று பிடித்தவையே இக்கவிதைகள். ஒன்று முதல் ஒன்பது வரையிலான எண்களுக்குத் தொடர்ந்து எழுதினேன். 'பூஜ்ஜியம்' மட்டும் போக்குக் காட்டியது.

எப்போது யோசித்தாலும்

"பூஜ்யத்துக்குள்ளே

ஒரு ராஜ்யத்தை ஆண்டுகொண்டு

புரியாமலே இருப்பான் ஒருவன்

அவனைப் புரிந்துகொண்டால்

அவன்தான் இறைவன்."

என்னும் திரைப்படப் பாடலே முன் வந்து நின்றது. கண்ணதாசனைத் தாண்டிப் போகவே முடியவில்லை. மென்மையான வரிகள் எவ்வளவு அழுத்தமாக மனதில் பதிந்து விட்டன? கவியரசரை மீண்டும் ஒரு முறை மனதால் வணங்கினேன்.

மற்ற கவிதைகளை எழுதிய தாள்களோடு 'பூஜ்ஜியம்' என்ற தலைப்பிட்டு ஒரு வெள்ளை பக்கத்தை மட்டும் விட்டு நண்பர்களிடம் படிக்கக் கொடுத்தேன் — அது ஒரு குறியீடாகப் புரிந்து கொள்ளப்படும் என்று.

எழுத்தாளர் எஸ்.ராமகிருஷ்ணன் அதைப் படித்துவிட்டு பூஜ்ஜியத்திற்கும் ஏதாவது எழுதி விடுங்கள் என்று ஆலோசனை கூறினார். 'பூஜ்ஜியத்'தை எழுத நேரம் எடுத்துக்கொண்டேன்.

பின் கொஞ்ச நாள் கழித்து 'பூஜ்ஜியம்' பற்றி ஒன்றிரண்டு வரிகள் தோன்றின... அதில் மூழ்க வரிசையாக வந்துகொண்டே இருந்தன.

அதைத் தொடர்ந்து 'முடிவிலி' (INFINITY) பற்றியும் எழுதினேன். அது ஒரு காதல் கவிதை. காதலின் ஆழத்தில் அவ்வுணர்வு என்னை ஆன்மிக நிலை பற்றியும் எழுத வைத்தது. அகம், காலம், காத்திருப்பு, சாகாவரம் இவற்றைப் பற்றியும் 'முடிவிலி' என்ற தலைப்பில் எழுதினேன்.

இவற்றை பற்றிக் கவிஞர் இளம்பிறை அவர்களிடம் கூற எண்கள் என்றால் முழு எண்கள் மட்டுமா; பின்னங்கள் எண்கள் இல்லையா என்றார்.அன்று எழுதியதுதான் 'பின்னம்' கவிதை.

உண்மையில் உலகில் பின்னங்களாகக் காட்சி அளிப்பவைதானே அதிகம். அதிலும் மனிதன் இன்னமும் முழுமையடையாத பிறவி தானே. தொகுதி வெளியிடத் தாமதமாகவே கடந்த ஆண்டு வெவ்வேறு சமயங்களில் ஒவ்வொரு எண்ணைப் பற்றியும் மேலும் சில கவிதைகள் எழுதினேன்.

'கணக்குப் பரீட்சை' என்னும் கவிதை 1985, 1986—ஆம் ஆண்டுகளில் நான் இளமறிவியல்—இயற்பியில் படித்தபோது எழுதியது. கணிதம், மின்னியல், மின் அணுவியல் போன்ற தேர்வுகளை எழுதி எழுதித் தோற்று மீண்டும் மீண்டும் படித்தபோது வெறுத்துப்போய் எழுதியது.

சம்பந்தா சம்பந்தமில்லாத படிப்பைப் படித்தால் இப்படித்தான் நேரும் என்பதை அறிந்து கொண்டேன். இப்போது கூட என்னை பயமுறுத்தும் கனவு என்றால் அது தேர்வு பயக் கனவுதான்.

இருபது இருபத்தைந்து ஆண்டுகள் கழித்து வீடு மாறும் போது கிடைத்த பழைய காகிதங்களில் இதுவும் ஒன்றாகக் கிடைத்தது. இத்தொகுதிக்குப் பொருத்தமாக இருந்ததால் அதையும் இணைத்திருக்கிறேன்.

எண்களிலும் எண்ணிக்கைகளிலும் கவனம் செலுத்தாதவன் நான். இக்கவிதைகளை எழுதத் தொடங்கியவுடன் எண்கள் எனக்குள் நடனமாடத் தொடங்கின. தங்கள் உருவத்தையும் குணத்தையும் புலப்படுத்தத் தொடங்கின. அவற்றை என் கண்களால் பார்த்த வரை என் கைகளால் அள்ள முடிந்த வரை இந்நூலில் கொண்டு வந்திருக்கிறேன். அது ஒரு கடல்... அது ஒரு ஆகாயம்...நான் எடுத்ததோ ஒரு மணல்...ஒரு துகள்... ஆனால் மணலிலும் எத்தனை மினுமினுப்பு? துகளிலும் எத்தனை ஜொலிஜொலிப்பு?

இதுதான் 'எண்ணும் எழுத்தும்' என்ற இக்கவிதைகள் பிறந்த கதை.

இத்தொகுதிக்கு என் மானசீக ஆசான் கவிக்கோ அப்துல் ரகுமான் அவர்கள் அணிந்துரை வழங்கியிருக்கிறார்கள். என் சிந்தனையும் என் மொழியும் அவரைப் படித்துப் பெற்றவையே. கடந்த முப்பது வருடங்களாக அவர் எழுத்துகளை வாசித்து வருகிறேன். எப்படிப்பட்ட தாக்கத்தை என் மீது பதித்திருக்கிறார்? அவர் வாழ்த்துகளைப் பெறுவது என் பேறு.

கவிஞர் விக்ரமாதித்யன் அவர்கள் சிறந்த ஒரு ஆய்வுரை வழங்கியிருக்கிறார். அவருடைய ஆய்வுரையில் அவரது முன் வைத்திருக்கும் விமர்சனங்களை கணக்கில் எடுத்துக்கொள்கிறேன். எல்லாக் கவிதைகளையும் ஒரே வெளிப்பாட்டு முறையில் எழுதாமல், எனக்குத் தெரிந்த வெவ்வேறு வடிவங்களில் எழுதிப் பார்த்திருக்கிறேன். எண்களைப் பற்றிய இந்தத் தொடர் கவிதைகளுக்கு ‘பரிசோதனை முயற்சியே பெருமிதத்துக்குரியதுதான்’ என்ற அவருடைய பாராட்டுக்கு என்னுடைய மனப்பூர்வமான நன்றி.

அது போல் என் மதிப்பிற்குரிய நண்பர் எழுத்தாளர் எஸ்.ராமகிருஷ்ணன் அவர்கள் அற்புதமான ஒரு முன்னுரை வழங்கி இருக்கிறார். சிறுகதை, நாவல், கட்டுரை, திரைப்படம் என பல பரிமாணங்களில் இயங்கிவரும் அவர், நவீன தமிழ் இலக்கியத்தில் அழுத்தமான தடம் பதித்து வருபவர். அவரது முன்னுரை இந்நூலுக்கு ஒரு திறவுகோல் போல அமைந்துள்ளது. அவருக்கு என் அன்பு கலந்த நன்றி.

இந்நூலை பதிப்பிக்கும் ‘டிஸ்கவரி புக் பேலஸ்’ வேடியப்பன் என் மீது மிகுந்த அன்பு கொண்டவர். தமிழின் முன்னணி எழுத்தாளர்களின் நூல்கள் பலவற்றை வெளியிட்டு வருபவர். திரைப்பட இயக்கத்தில் ஆர்வம் கொண்டவர். விரைவில் அவரை திரைப்பட இயக்குநராகப் பார்க்க விரும்புகிறேன். அவருக்கு என் நன்றியும் வாழ்த்துகளும்.

இந்நூலுக்கு அருமையான ஓவியங்களை வரைந்து பெருமை சேர்த்துள்ள ஓவியர் பழனியப்பன் தமிழகத்தின் முக்கியமான ஓவிய ஆளுமை. எண்களைப் பற்றிய Numeric Paintings—இல் தன் வாழ்நாளின் பெரும்பகுதியைச் செலவழித்தவர். எண்களைப் பற்றிய என் கவிதை நூலை வெளியிடும் எண்ணத்தை கூறியவுடனேயே பழனியப்பன் அவர்களிடம் ஓவியம் பெறலாம் என ஆர்வமாகக் கூறியவர் நண்பர் ரவி சுப்ரமணியன். இந்நூல் உருவாக்கத்தில் அவருக்குப் பெரும் பங்குண்டு. அவருக்கு என் நன்றி. ஓவியர் பழனியப்பனுக்கு என் இதயபூர்வமான வணக்கங்களும் நன்றியும்.

பல்வேறு பணிகளுக்கிடையில் என்னுடைய இந்த நூலுக்காக தங்கள் நேரத்தை வழங்கி கருத்துரை வழங்கிய கவிஞர் அண்ணன் அறிவுமதி, கவிஞர் ஜெயபாஸ்கரன், கவிஞர் இசாக், ஆகியோருக்கு என் அன்பு.

இவர்களைத் தவிரவும் நான் நன்றி கூறுவதற்குப் பலருண்டு; இக்கவிதைகளில் சிலவற்றை வெளியிட்ட நக்கீரன் குழுமத்தின் 'இனிய உதயம்' இலக்கிய இதழுக்கும் அதன் இணை ஆசிரியர் நண்பர் ஆரூர் தமிழ்நாடனுக்கும் அளவற்ற நன்றிகள்.

தொடர்ந்து தன்னுடைய படங்களில் வசனம் எழுதும் வாய்ப்பை வழங்கி வரும் என் நண்பர் என்.லிங்குசாமிக்கு நன்றி கூறினால் 'ஏன்யா இதெல்லாம்...' என்பார்... அவருக்கு நன்றி கூறுவது எனக்கே நான் கூறிக்கொள்வதாகும். என்மீதும் என் எழுத்துக்கள் மீதும் அன்பு பாராட்டும் அவருக்கு என் நன்றி.

நூல் உருவாக்கத்தில் உதவிசெய்த உதவி இயக்குநர் ஸ்ரீதரன் காஷ்யப், பிழைத்திருத்தம் செய்து கொடுத்த D.L. இராபர்ட்ஸ் ஆகியோருக்கும் நன்றி.

இனி இக்கவிதைகள் எதிர்நோக்குவது உங்களை...உங்கள் வாசிப்பை...

படித்து எழுதுங்கள்...

படிக்கக் காத்திருக்கிறேன்.

அன்புடன்,
பிருந்தா சாரதி
சென்னை.

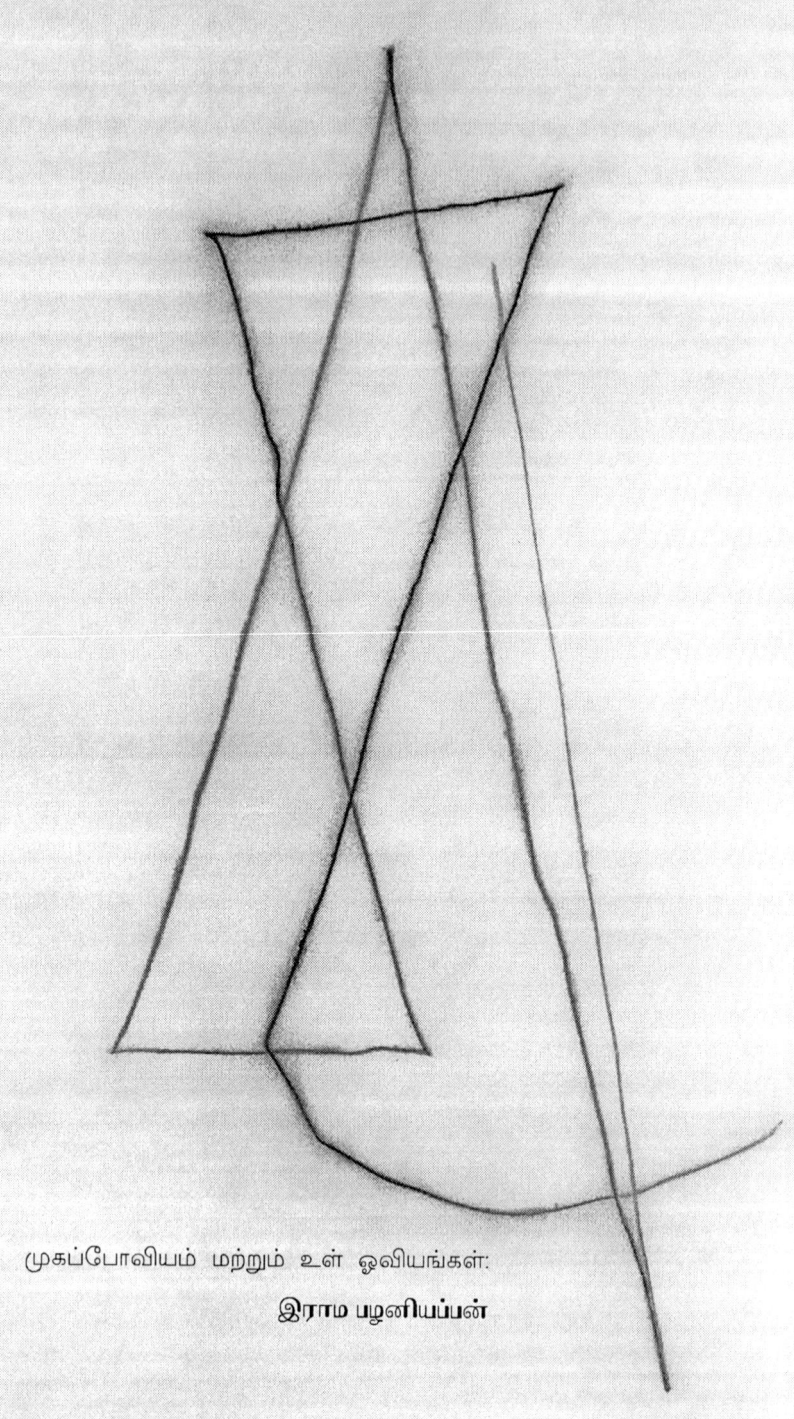

முகப்போவியம் மற்றும் உள் ஓவியங்கள்:
இராம பழனியப்பன்

ஒன்று

க

ஒன்றை இரண்டாகப் பிரித்ததே
இரண்டும் ஒன்றாவதற்குத்தான்.
~

ஒன்றும் ஒன்றும் ஒன்றட்டும்
என அனுமதிக்கிறது இயற்கை.
ஓரறிவை அதிகம் வளர்த்தது
ஒன்றோடு ஒன்றை
ஒன்றாமல் செய்யவா?
~

ஒன்றில்தான் இருக்கிறது
இன்னொன்றின் உயிர்.
~

மூலவர் உற்சவர் இருவரும்
ஒருவரே அன்றோ?
~

சக்தி சிவம் இரண்டும்
ஒன்றென உணர்க.
~

ஒன்றாய் இருந்தவைதான்
ஒன்றும்
ஒன்றாத ஒன்றும் கூட.
~

ஒன்று பலவாகலாம்
பலவும் ஒன்றாகலாம்.
ஒவ்வொன்றும்
அதே ஒன்றே.
~

ஒன்றுக்கும் உதவாததென்று
ஒன்றுண்டா?
~

ஒன்று...
ஒன்றோடு ஒன்றாக ஒன்று.
ஒன்றாமல் ஒன்றாதே.
~

ஒவ்வொன்றும்
ஒன்றட்டும்
ஒன்றாய் நன்றாய்.
~

இரண்டு

உ

மேடு பள்ளம்
ஒளி இருள்
தூரம் பக்கம்
வெப்பம் குளிர்
கேள்வி பதில்
என எல்லாம்
இரண்டிரண்டாய்
இருப்பதாலா
இருவராய் இருக்கிறோம்
நீயும் நானும்?

இரண்டாக இருந்தது போதும்
ஒன்றாகலாம் என்றால்
பகலில் ஏற்கிறாய்
இரவில் மறக்கிறாய்.

இரட்டை நாக்கு உனக்கு.
பகல் வேடம் போடும்
உன்னை
பழி வாங்குவேன்
இரவில் வேடம் களைந்து.

எல்லாம் புரிந்தது போல்
மௌன சம்மதம் தருகிறாய்
பகலில்.

ஒன்றும் புரியாதது போல்
அப்பாவியாய்
கேள்வி கேட்கிறாய்
இரவின் வாசலில்.

இரண்டில் ஒன்று பார்க்காமல்
விடலாமா
இங்கும் அங்குமாய்
அலைக்கழிக்கும்
இருமையை?
~

'BE TOGETHER'

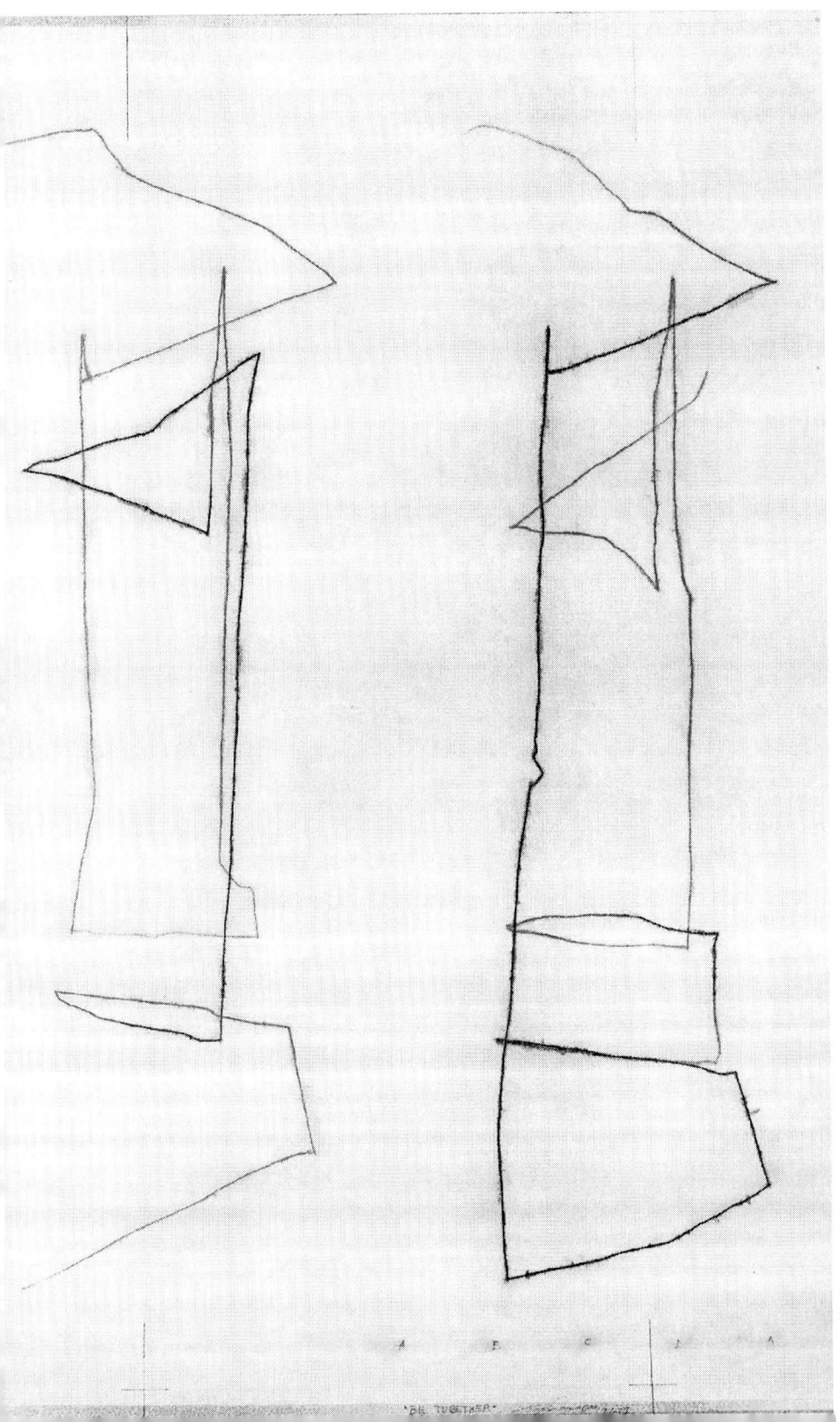

இரண்டு கூழாங்கற்கள்

நதியின் பாய்ச்சலில் எதிர்பாராமல்
சந்தித்துக் கொண்ட
இரண்டு கூழாங்கற்கள்
ஒன்றை ஒன்று
உரசி
தீண்டி
தழுவி
அறிந்துகொண்டன
தாம் இருவரும்
ஒரே சிகரத்திலிருந்து
உருண்டு வந்தவர்கள் என்பதையும்
ஒரே ஆழத்தை நோக்கி
செலுத்தப்படுபவர்கள் என்பதையும்.

பிரிவின் ஸ்திதியும்
உறவின் கதியும்
ஓடும் நீரில் எழுதப்பட்ட விதி
என்பதை அறிந்து திகைத்து நொறுங்கி
பொடிப் பொடியாகின்றன
மணல் துகள்களாய்
மௌனத்தில் உறைந்த காதலுடன்.

ஒன்றில் ஒன்று ஊடுருவி
யுகங்களைக் கடந்து வாழும்
வரம் பெற்றுவிட்ட
அவற்றை
வைரம் போல்
மின்னவைக்கின்றன
நதியின் ஆழத்தை ஊடுருவும்
சூரியனின் கிரணங்கள்.

~

இரண்டு ஊதுவத்திகள்

எரிந்துகொண்டிருக்கும்
இரண்டு ஊதுவத்திகள்
ஒன்றை ஒன்று ஊடுருவி
ஒன்று கலக்கின்றன
காற்றின் அந்தரத்தில்
புகை ரூபமாக.

இரண்டு மேகங்கள் ஒன்று கலப்பது போல்
நம் இரு ஆன்மாக்களும் ஒன்று கலக்கின்றன
இந்த இரண்டு ஊதுவத்திகளின் சாட்சியாக.

எரிந்து சாம்பலாகி உதிர்ந்து
வாழ்வையே
நறுமண சரித்திரமாய் எழுதும் அவற்றைவிட
என்ன வாழ்ந்துவிடப் போகிறோம் நாம்.

அந்தரத்தில் அவை வரையும்
புகை ஓவியங்கள்
கண நேரத்தில் கலைவதைப் பற்றிய
கவலையேதுமின்றி
எரிக்கும் காதலின் கனலில்
லயித்துப் புகைகின்றன
நமக்கொரு செய்தி சொல்லி.

~

பிருந்தா சாரதி

இரண்டு இறக்கைகள்

இணை பிரியாத
இரட்டைப் பறவைகள் அல்ல
ஒரே பறவையின்
இரண்டு இறக்கைகள் நாம்.

ஆன்மாவின் சிலிர்ப்பில்
உயிர்த்தெழுகின்றன இறக்கைகள் இரண்டும்
உயரங்களின்
உன்னதங்களை நோக்கி.

ககன வெளியின்
காந்தச் சுழலில்
தம்மை மறந்த லயத்தில்
அசைவேதுமின்றி
நீண்ட நேரம்
மிதக்கின்றன.

பின் சர்ரென
உயிரற்றுப் போனது போல்
தரையிறங்கி
கடல் மட்டத்தில்
கால் நனைத்து நீர் கோதி
மீண்டும் மேலெழுகின்றன
படபடத்து.

இறக்கைகள் இரண்டிலும்
ஒரே தாள லயம்
ஒரே காலப் பிரமாணம்
ஒரே சுருதி

ஒத்திசைந்த
இரண்டு இறக்கைகள் போல்
இசைந்துவிட வேண்டும்
நமதிரு இதயங்களும்.

இனி மேலும்
இரண்டு உயிர்கள்
இரண்டு உடல்கள்
இரண்டு வாழ்க்கை
எனச் சொல்வது
அனர்த்தம் அல்லவா?

நமதிரு உடல்களால்
நம் ஒற்றை ஆன்மாவை
இரு புறமும் தழுவிக் கதகதப்பூட்டிக்கொள்வோம்
இரண்டு இறக்கைகள் போல்.
~

பிருந்தா சாரதி

"FACE TO FACE"

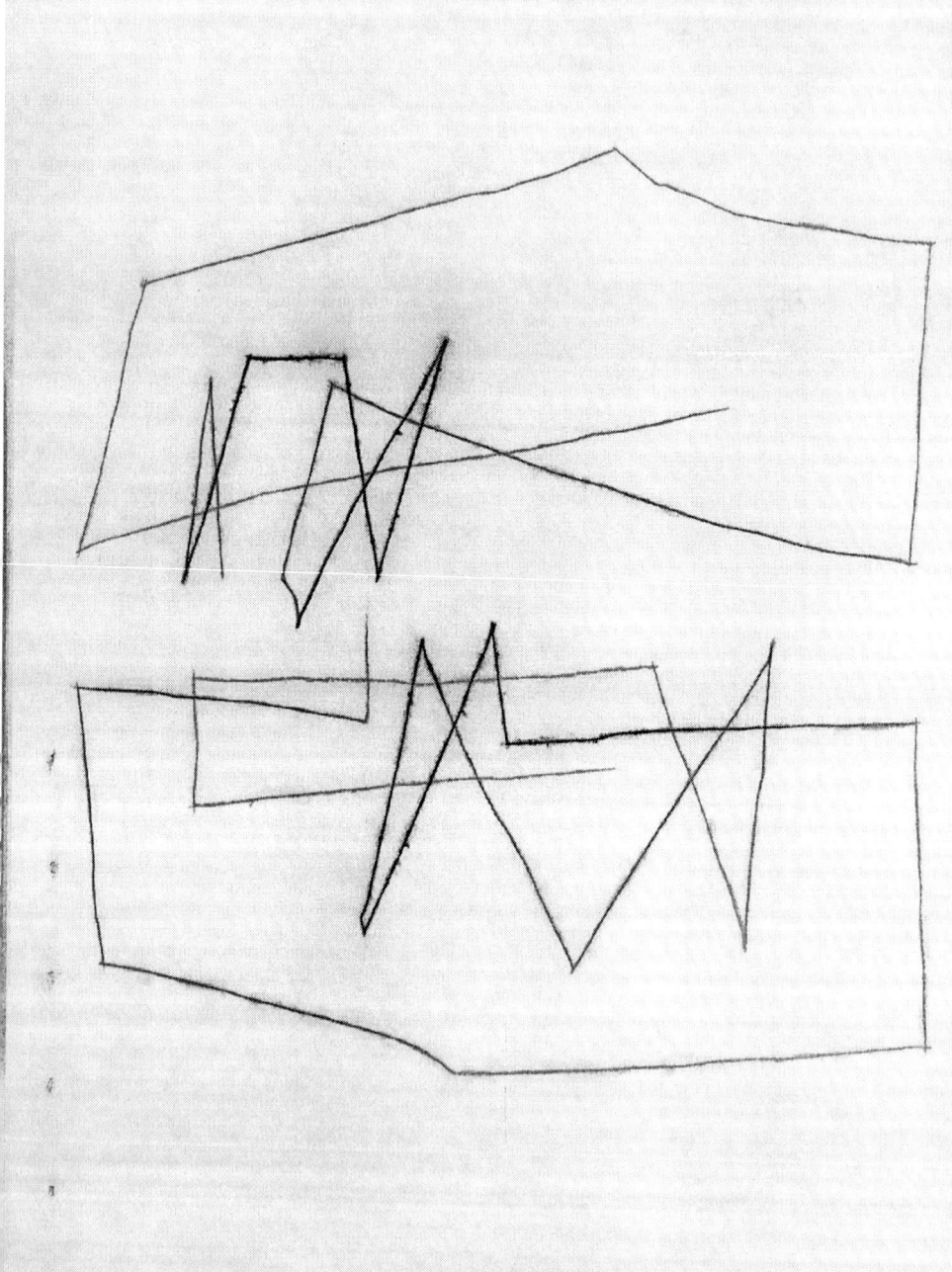

இரண்டு தாயக்கட்டைகள்

காலத்தின் கைகளில் உருளும்
இரண்டு தாயக்கட்டைகள் நாம்.

ஆணும் பெண்ணுமாய் இயற்கை படைத்த
உடல்கள்...
பரிணாமத்தின் பகடைக்காய்களாய் உருள்கிறோம்.

யார் விளையாடுகிறார்களோ?
யார் பரமபதம் அடைகிறார்களோ?
தெரியவில்லை...
நாம் விளையாடுகிறோம்
நாம் அடைகிறோம் உண்மையில்.

உருளும்போது சில கணம்
உரசிக்கொள்கிறோம்.
தீப்பொறிகள் பறக்கின்றன
உள்ளுக்குள் சிலிர்க்கிறது அப்போது.

ஆட்டத்தின் வேகத்தில் அவசரமாக உரசும்
பரவச கணங்கள் மட்டும்
அதிர்ஷ்டம் நமக்கு.

உருண்டு விழுந்த பின்
மீண்டும் உரசக் காத்திருக்கிறோம் பல யுகம்.

முடிவின்றித் தொடர்கிறது
இயற்கையின் இவ்விளையாட்டு.

சோர்வின்றித் தொடர்கிறது
நம் காதல் கதை.

~

பிருந்தா சாரதி

தாயக்கட்டைகள் - 2

இயற்கையின் இவ்விளையாட்டை
மனிதர்களும் ஆடத் தொடங்கினார்கள்
மரக் காய்களைக் கொண்டு நகலெடுத்து.

ஆனால் அங்கு பிறந்தது
விளையாட்டல்ல
சூதாட்டம்.

விளையாட்டின் சுவாரஸ்யங்கள் அல்லவா
ஏணியில் ஏறுவதும்
பாம்பினால் இறங்குவதும்?

தாயம் விழுவதோ
பனிரெண்டு விழுவதோ
அக்கணங்களின் விதிதான் அன்றோ?

விளையாடிகளின்
விருப்பத்தை
காய்கள் மேல் ஏற்றி
கெஞ்சுவதும்
கொஞ்சுவதும்
அதட்டுவதும்
இந்த நாடக உலகிலும் நடிப்பில்லை காண்.

ஆடுவது விளையாட்டு என்றாலும்
உணர்வுகள் உண்மையாகின்றன.

நிழலின் இதயமும் துடிக்கிறது
அதன் காயத்திலிருந்து வழிகிறது
நிஜ ரத்தம்.

விளையாட்டு வினையாகிறது
தாயம் காயமாகிறது
பகடை பாடை ஆகிறது

காய்களை மட்டுமல்ல
தங்களை உருட்டுவதும்
காலம்தான் என்பதை
இந்த மனிதர்கள்
உணரப் போவது
எப்போது?
~

பிருந்தா சாரதி

இரட்டை மாட்டு வண்டி

ஒரு சம்பந்தமும் இல்லை
உனக்கும் எனக்கும்.

இரட்டை மாட்டு வண்டி ஒன்றின்
ஜோடி மாடுகளாக
ஒன்று சேர்த்தது விதி.

இருவர் விருப்பமும் இல்லை
இரவும் பகலும்
இணைந்தே ஓடுகிறோம்.

யாருடைய பயணமோ நடக்கிறது.

மூட்டை மூட்டையாக ஏற்றும் சுமைகளை
மூச்சைப் பிடித்துக் கொண்டு இழுக்கிறோம்
ஆனாலும் சாட்டையடி வாங்குகிறோம்.

உன் துயரங்களை நானும்
என் வலிகளை நீயும்
வேறு யாரைவிடவும் நன்கறிவோம் என்றாலும்
அருகருகே இருக்கிறோம்
என்பது மட்டும்தான்
வாயில்லா ஜீவன்கள் நமக்கிருக்கும் ஆறுதல்.

வண்டியின் நுகத்தடியிலிருந்து
அவிழ்த்துவிடப்பட்டதும்
தீவனம் கரைத்துவைத்த தொட்டியில்
பசி தாகம் தீர்க்கும் போது
ஒருவர் கண்ணில் ஒருவர்
தெரிகிறோம்.

கலங்குகின்றன அவை
விடுதலை இல்லாப் பாட்டை நினைத்து.

அவ்வேளை ஒன்றில்
ஈ மொய்க்கும்
என் கழுத்துப் புண் கண்டு
நாவினால் நக்கி
அன்பு செய்தாயே
அது ஒன்று போதும் காயடிக்கப்பட்ட
இவ்வாழ்வுக்கு.
~

பிருந்தா சாரதி

"A COMMON INTEREST"

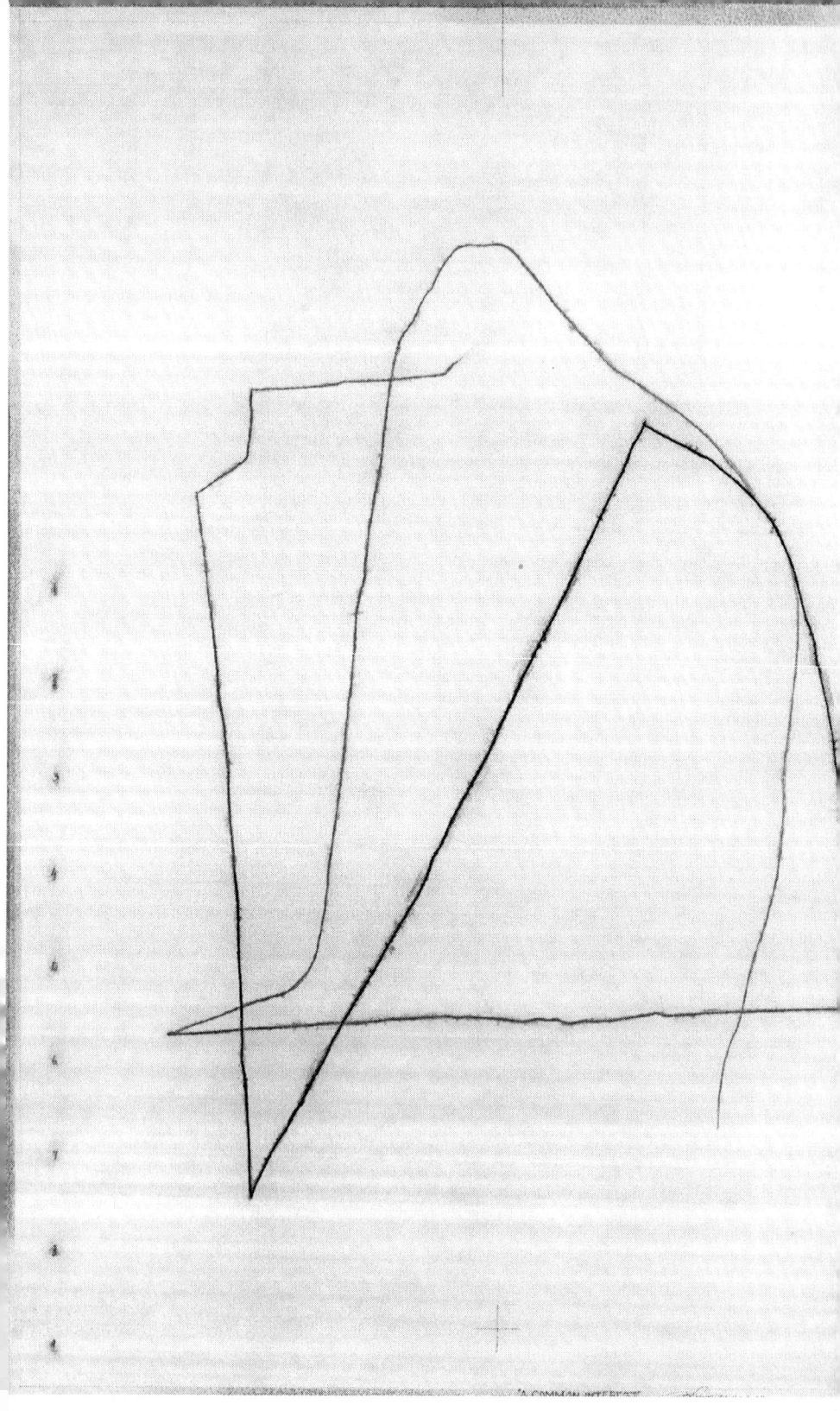

மூன்று

௩

உன் பிடிவாதம்
ஊரறிந்த ரகசியம்.

பிடித்த முயலுக்கு
மூணு கால்
என்பதை நீ
நிரூபிக்கும் வேகத்தைப்
பார்த்தால்
எனக்கு மட்டுமல்ல
முயலினத்திற்கே
கதி கலங்குகிறது.

சலசலத்து
ஓடிக்கொண்டிருந்த ஓடை
இறுகி நிற்கிறது
பனிப் பாளமாய்.

இலைகளை உதிர்த்த
இடத்தில்
பனித்துகள்களைக் கூடுகட்டி
கிளைகளை
உறையச் செய்துவிட்டதடி
கடுங்குளிர்.

வானத்திலிருந்து ஒரு
ஒளிக் கீற்று வராதா என
ஏங்குகிறது பூமி.

வேனிற்காலத்தின்
வருகையை எதிர்நோக்கியபடி
மரமென நிற்கிறதென் உயிர்.

பூக்க வேண்டும்
ஒரு வசந்தம்
உன் சிறு இதழ்களிலும்
என் கிளைகளிலும்
நம் ஆயுளுக்கும்
மணம் பரப்பி.

அந்த என் நம்பிக்கைதான்
உன் மூணு கால் முயலின்
நான்காவது கால்.
~

முத்தொழில்

நாளும் நடக்கிறது
அந்த நர்த்தனம்.

சூரிய சந்திர விண்மீன்கள்
அதன் அதிர்வில் சுழலும் காலத்துகள்கள்.

கடல் மலை மேகம் எல்லாம்
அந்நடன மேடையின்
திரைச்சீலைகள்.

கோள்களின் சுழற்சியில்
தெறிக்கும் வேகம்
அதன் பரிமாணம்.

உயிரிலும் உணர்விலும்
தவித்திடும் தாகம்
அதன் பரிணாமம்.

முளைவிடும் விதையும்
ஒளிவிடும் சுடரும்
வீசும் புயலும்
அடைமழைப் பொழிவும்
அதன் நடன அடவுகள்.

பறவையின் கீதமும்
மழலையின் அழுகையும்
கோள்களின் வெடிப்பும்
ஆழியின் எழுச்சியும்
அதன் பக்க வாத்தியம்.

பிறப்பு இருப்பு இறப்பு
அதன் பாடல் வரிகள்
நேற்று இன்று நாளை
அதன் தாள ஒலிகள்.

பிருந்தா சாரதி

காண்பவர்
காட்சி
காணும் செயலென மூன்றும்
அதன் கலந்துரையாடல்.

படைத்துக் காத்து அழிக்கும் முத்தொழில்
அதன் திருவிளையாடல்.

விதையிலும் கனியிலும்
தொடரும் கருணையில்
தினமொரு அதிசயம்.

துளியிலும் வெளியிலும்
நிகழும் நடனமோ
சிதம்பர ரகசியம்.

~

நான்கு

௪

நாலு பேர் நாலு விதமாகப்
பேசக்கூடும் என பயந்தே
வாழாமல் வாழ்கிறோம்
வாழ்க்கையை என்றேன்.

பேசாமல் இருந்தாய்
வழக்கம் போல்.

உன்னுடன் கைகோத்து
ஊர் சுற்ற விரும்பினேன்.

உன் மடியில் தலைசாய்த்து
உறங்க விரும்பினேன்.

நீ வாகனம் ஓட்ட
பின்னிருக்கையில்
அமர்ந்து வர விரும்பினேன்.

எல்லாவற்றையும் மறுத்தாய்
நாலு பேருக்காக.

இப்போது நீயும்
எல்லாவற்றையும்
பார்த்துக்கொண்டுதானே
இருக்கிறாய்?
அந்த நாலு பேர்
அவரவர் விருப்பம் போல்
வாழ்கிறார்கள்

நம்மைப் பற்றிய கவலை
அவர்களுக்கில்லை.

கடற்கரை மணலெல்லாம்
காதல் தோட்டம்
இரு சக்கர வாகனமெல்லாம்
பறக்கும் கம்பளம்.

இப்போதும் காலம்
தாழ்ந்துவிடவில்லை...

நம் வாழ்வை
நம் விருப்பம் போல்
வாழலாம்.
நாலு பேர் பற்றிய கவலையின்றி.

அந்த நாலு பேர்
வியக்கக் கூடும்
நம்மைப் பார்த்து.
தாங்கள் பயந்து சாகும்
மற்ற நாலு பேரைச்
சபித்தபடி.

~

நாலு பேர்

பல்லக்கோ... பாடையோ...
யாரோ நாலு பேர் தேவைப்படுகிறார்கள் தூக்குவதற்கு.

அதைப் பெற்று விடுபவர்கள் பாக்கியசாலிகள்

வாழ்க்கையில் வேறு எதையும் சம்பாதிக்காவிட்டாலும்
இந்த நாலு பேரையாவது எப்பாடுபட்டும் சம்பாதித்துவிடு.

புகழோ பணமோ
உறவோ நட்போ
கொஞ்சம் கொடுத்து வாங்கினால்
கிடைத்துவிடும் இது.

பெரும்பாலும்
விலைகொடுத்துதான்
வாங்க வேண்டும்
பல்லக்குத் தூக்கிகளை.

கடமைக்காகவாவது
கிடைத்துவிடுவார்கள் சிலர்
கடைசியில் பாடை தூக்க.

அன்பால் பெறாமல்
விலைக்கோ கடமைக்கோ நாலு பேரை
வாங்கவேண்டி இருந்தால்
நாலு கால் கொண்டே
வாழ்ந்திருக்கலாம் நீ.

~

ஐந்து

௫

ஆழி சூழ் உலகின்
ஆரம்ப காலம்.

ஊழிக் காற்று ஒருபுறம்
உக்கிர நெருப்பு மறுபுறம்
இடியும் மின்னலுமாய்
கொடு மழை
இன்னொரு புறம்.

திமிறிக் கொண்டிருந்தன
பூதங்கள் ஐந்தும்.

திணறிக் கொண்டிருந்தது
காலம்
ஒரு முடிவை எதிர்பார்த்து.

நீயும் நானும் எதிரிகளா?
நெருப்பிடம் கேட்டது நீர்.

எரியும் போது அணைப்பவன்
எப்படி
நண்பனாயிருக்க முடியும்?

கோபமாக பதில் சொன்னது
கொழுந்து விட்ட நெருப்பு.

நீயும் நானும் நண்பர்கள்தானே?
நெருப்பு காற்றிடம் கேட்டது.

உன்னை ஊதி வளர்ப்பவன்
நானல்லவா?
நெருப்பை வளர்க்கும் காற்று
நட்பையும் சேர்த்து வளர்த்தது
உரிமையோடு.

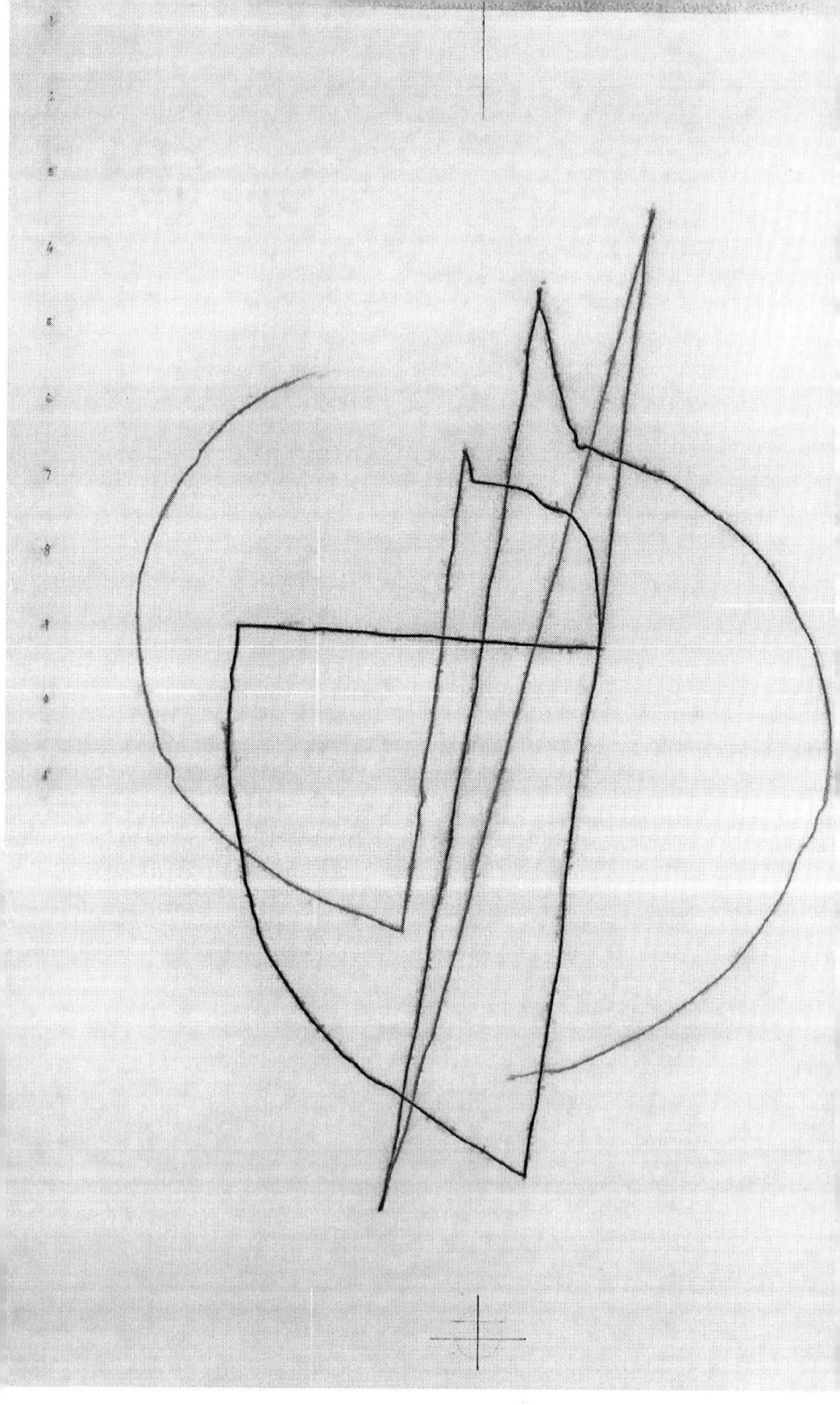

எட்டாத தூரத்தில் ஏனிருக்கிறாய்?
ஆகாயத்திடம் கேட்டது நிலம்.

அருகருகே
இருப்பவர்கள்தான்
நண்பர்களா?

ஆகாயம் கேட்ட
பதில் கேள்வியில்
அர்த்தம் இருந்ததை
உடனே உணர்ந்தது நிலம்
வானிலிருந்து வந்த
மழைநீரில் குளிர்ந்து.

ஐம்பூதங்களின் இந்த
உரையாடலைக்
கேட்டுக் கொண்டிருந்த
இயற்கை அன்னை
உடனே அனைத்தையும்
ஒன்றோடொன்று
இசைந்திடச் செய்தாள்.

உயிர்கள் பிறந்தன நிலத்தில்.
பூதங்கள் ஐந்தும்
குடி கொண்டன
அவற்றின் உடல்களில்.

திமிறிக் கொண்டிருந்ததும்
திணறிக் கொண்டிருந்ததும்
முடிவை நோக்கி அல்ல
ஆரம்பம் நோக்கி என உணர்ந்தன
பூதங்கள் ஐந்தும்.
~

பிருந்தா சாரதி

ஆறு

சா

விக்ரமாதித்தனிடம்
வேதாளம் கேட்டது:
காடாறு மாதம்
நாடாறு மாதம்
வாழ்வது
வரமா சாபமா என.

இந்தக் கேள்வி
வழக்கமான
புதிர்க் கேள்வியா
இல்லை
நட்பு முறையிலான ஒன்றா?
வினவினான் விக்ரமாதித்தன்.

தனிப்பட்ட கேள்விதான்.
தலை வெடிக்காது
தைரியமாகப் பேசு
என்றது வேதாளம்.

'வரம்தான்... ஒருவிதத்தில்'
என்றான் விக்ரமாதித்தன்.

நாட்டு வாழ்வு ராஜ போகம்.
காட்டு வாழ்வு கடினமன்றோ?
கேள்வித் தூண்டில்
போட்டது வேதாளம்.

நகர்வாசம் சொர்க்கம் போலவும்
வனவாசம் நரகம் போலவும்
நினைக்கிறது உலகம்.
உண்மையோ தலைகீழ்
என்ற விக்ரமாதித்தன்
மேலும் தொடர்ந்தான்:

'காட்டில் வாழும் இன்பம்
கடுகளவும்
நாட்டில் இல்லை.
தினம் தினம்
சூது தந்திரம்
சூழ்ச்சி அரசியல்
நிர்வாகம் யுத்தம் எனத்
தொடர் பிரச்சனைகளோடு
ஒவ்வொரு கணமும்
போராட்டம்.

போகம் அங்கு ஒரு
சிறிய ஆறுதல்.

நாட்டின் அல்லல்
காட்டில் இல்லை.
காணுமிடமெல்லாம்
பசுமை
கேட்கும் ஒலியெல்லாம்
பெரும்பாலும் பரவசம்
உண்ணக் கனிகள்
நுகர மலர்கள்
நிறைந்த தூக்கம்
எல்லாம் சுகம்தான்.

இங்கே துன்பம் என்றால்
அது நீ மட்டும்தான்.

'நாட்டை விட காடு
மேலானதெனில்
பதிலைத் தெளிவாய்
வரம்தான் என்றிருக்கலாமே?
ஏன் ஒரு விதத்தில்... என
சந்தேக இடைவெளி?'
என்றது வேதாளம்.

பிருந்தா சாரதி

இது காட்டில் சொல்லும் பதில்
நாட்டில் வேறு மாதிரியும்
தோன்றலாம் அல்லவா
என்றான் விக்ரமாதித்தன்.
இடம் மாறினால்
உண்மை மாறுமா?
வியப்புடன் கேட்டது வேதாளம்.

இடமும் காலமும்தானே
உண்மைகளைத் தீர்மானிக்கின்றன
என்ற விக்ரமாதித்தன்
தொடர்ந்தான்.

காட்டு வாழ்வின் சுகங்களை
ஒரு விலங்கு கூட சுதந்திரமாக
அனுபவிக்க முடிகிறது.

நான் செய்த பாவம்
ஒரு நொடி கூட
அறிவு ஓய்ந்து
அமர முடியவில்லை.

ஒவ்வொரு நொடியும்
உனது கேள்விகள் என்னை
விலங்கு பூட்டிச்
சித்திரவதை செய்கின்றன.

அறிவை மறந்தால்தானே
தூக்கம் கூட வரும்.
எப்போதும் விழித்திருப்பது
துக்கம் அல்லவா?
என்ற விக்ரமாதித்தன்
நான் தூக்கத்தில் நடப்பவனா
துக்கத்தில் நடப்பவனா?
வேதாளமே பதில் சொல்
என்றான்.

விக்ரமாதித்தனின்
இந்த பதில் கேள்வியால்
நிலைகுலைந்து போன
வேதாளம் மௌனம் காத்தது.

ஆயிரக்கணக்கில் புதிர்க்கேள்விகளைக்
கேட்கத் தெரிந்த உனக்கு
ஒரு எளிய கேள்விக்குப்
பதில் சொல்லத் தெரியவில்லையா?
என்றான்
விக்ரமாதித்தன்.

தலை சுக்கு நூறாவது போல்
பெருவலி உண்டாகத் தொடங்கத்
தன்னைக் கேள்வி கேட்க யாரையும்
இனி அனுமதிப்பதில்லை
என்ற முடிவோடு
முருங்கை மரத்தை நோக்கிப்
பறக்கத் தொடங்கியது வேதாளம்.
~

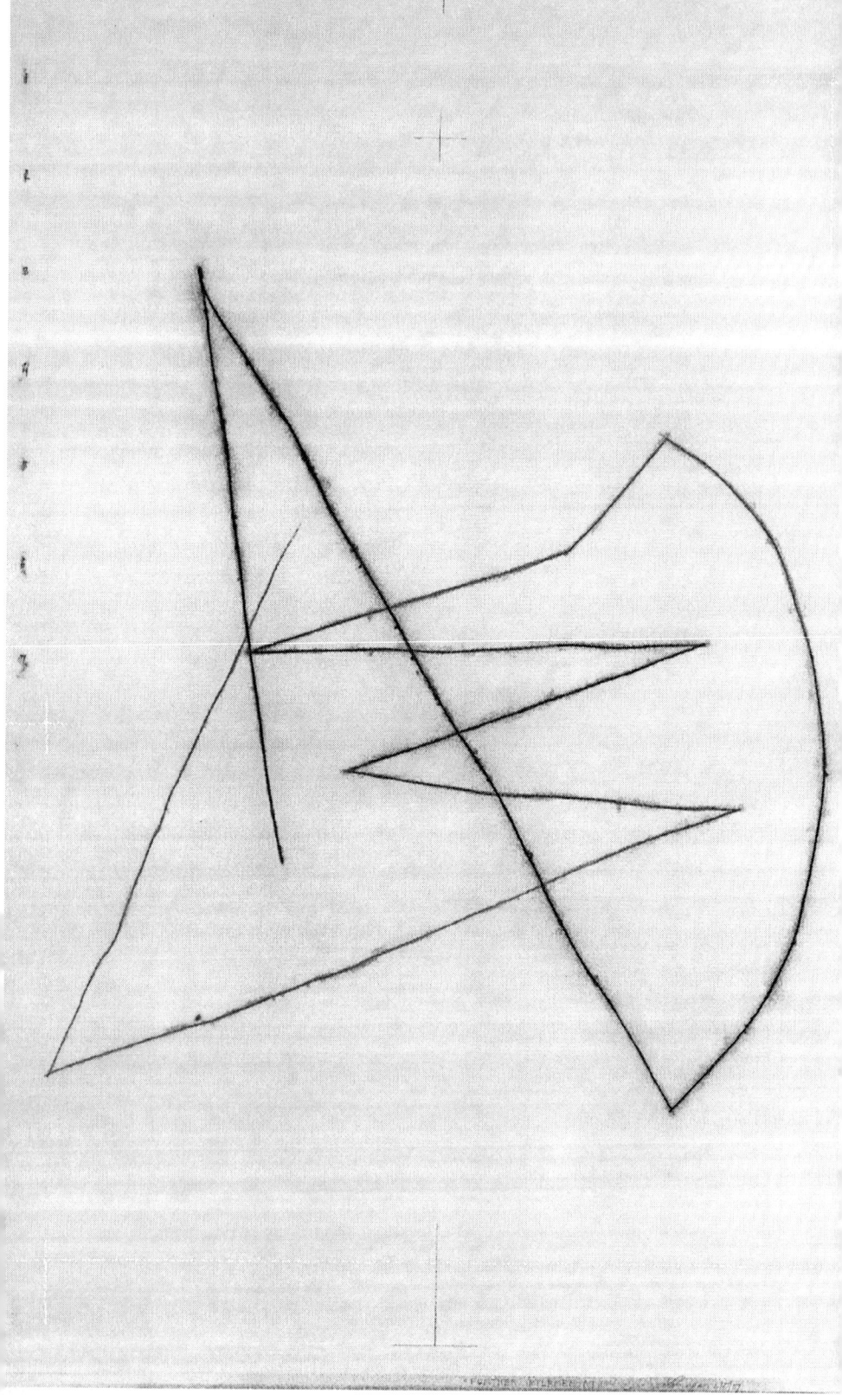

ஏழு

௭

ஏழேழு ஜென்மங்களுக்கும்
முகத்தில் விழிக்காதே என்று
விரட்டினாய் கடுஞ்சொற்களால்.

இவளென்ன விரட்டுவது
இனி நாமே
போகக் கூடாதென்ற
வீம்போடு வீடு
வந்து சேர்ந்தேன்.

மனம் சோர்ந்து
கண்ணயர்ந்த பிறகு
கனவு ஏனடி
உன் முகம் காட்டுகிறது?
விலை உயர்ந்த
ஒரு நாய்க்குட்டியாய்
உன் பின்னால் வருகிறேன்
அங்கே.

எதிலும் விலை
உயர்ந்தவற்றைத்தானே
உனக்குப் பிடிக்கும்.

அதனால்
உண்மையில்
தெரு நாய்களில் ஒருவனாய்
வளர்ந்தவன் நான்.

என் மனமோ
ஒரு வேட்டை நாயின்
வேகத்தில் துரத்தியது உன்னை.

அதில்தான் நீ இளகினாய்.
இப்போது அதை
ஏற்கமாட்டாய்.
அதனாலென்ன?

இருவரும் சில காலம்
நேசித்துக் கொண்டோம்
ஒருவரை ஒருவர்.
அது போதும் இந்த
ஒரு ஆயுளுக்கு.

நட்சத்திர விடுதியொன்றின்
உணவுக்கூடத்தில்
மாதொருபாகன் சிலை
திடீரெனக் கண்ணில் பட
நம் வாழ்வின் லட்சியம்
இந்நிலையென
ஒரு மயக்க நிலையில்
நாம் உரையாடியது
மனதில் மிதந்து
மேலே வருகிறது.
நினைவிருக்கிறதா
அந்நாள் உனக்கு?

காலம் ஒரு மாயக்கண்ணாடி போல்
அக்காட்சியை
மீண்டும் காட்டுமென்றால்
அதை வரவழைத்துக் காட்டி
இன்றைய உன் கடுஞ்சொற்களை
அக்கண்ணாடியின் ஆழத்தில்
புதைப்பேன்.

பின்னொரு ஜென்மத்தின்
பிரியப் பொழுதில்
இக்காட்சியை
மிதந்து வரச் செய்து

உனக்கு மீள்திரையிடுவேன்.
அப்போது
உன் வீம்புக்கு வருந்தி
கண்ணீர் திரளுமடி
உன் கடைவிழியில்.

பின் வரும்
ஏழு ஜென்மங்களுக்கான
காதலை அதில்
ஊற்றெடுக்க வைக்க
என்னால் முடியும்.

அது வரை
இடைவெளி விடு
எத்தனை ஜென்மங்கள்
வேண்டுமென்றாலும்.
~

பிருந்தா சாரதி

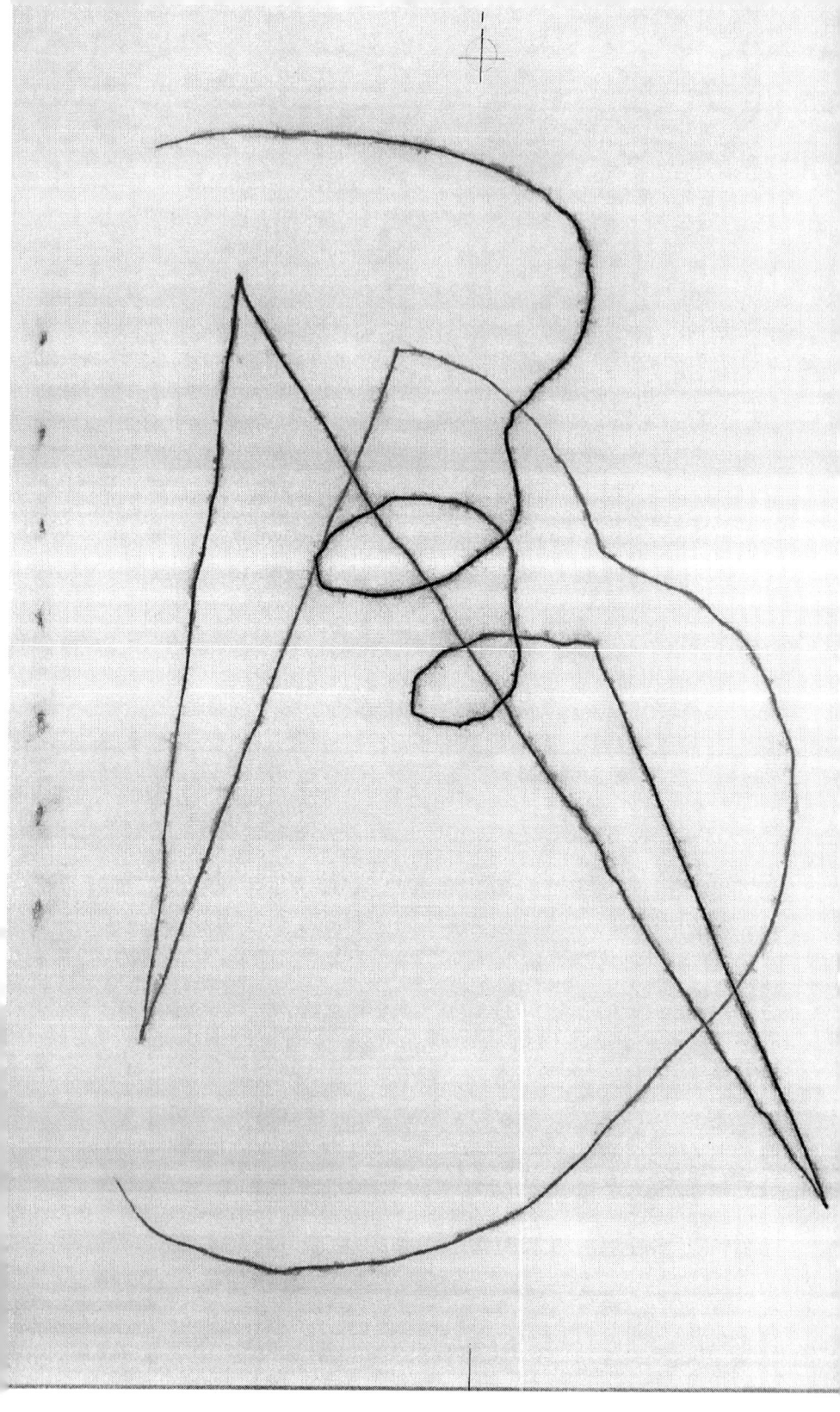

எட்டு

அ

உன் வருகைக்காக
காத்திருக்கிறேன்
எண் திசைக் கோயிலில்.

மாந்தளிர் மேனியில்
தீ நிறப் பட்டுப் புடவை
அணிந்து நுழைகிறாய்
ஆலய வாசலில்.

அதிர்கிறது ஆலயமணி.

கோயில் சிலைதான்
உயிர்கொண்டெழுந்து
உன் வடிவில்
நடமாடுகிறதோ எனும்
ஐயம் பிறக்கிறது எனக்கு.

நேர் வகிடு எடுத்து
நெற்றிச்சுட்டி அணிந்திருக்கிறாய்
சூரிய சந்திரப் பிறைகள் சிரஸில்.

அரக்கு வண்ணத் திலகத்தில்
பட்டொளி வீசுகிறது
உன் பௌர்ணமி முகம்.

சிறு நாசி முனை
மினுமினுக்கிறது
நட்சத்திர விளிம்புகளாய்.

உதடுகளில் குமிழியிடும் சிரிப்பு
நான் பின்தொடர்வதாலா
இல்லை

நெஞ்சின் ஊற்று
பொங்கி வழிந்து
வறண்ட பூமியை பரிமளிக்கச்
செய்யும் கருணைச் சிந்தையினாலா?

பூர்ண கும்பமாய்
நிறைந்து மிளிரும்
உன் பேரெழிலில் பொலியும்
சௌந்தர்யத்தில்
மயங்கி அடங்குகின்றன
மதயானைகள் திசையெட்டும்.

தளிர் விரல்கள் பூத்த
கொடிகளாய் நீண்ட கரங்களில்
பிரசாதக் குங்குமத்தை
மாற்றி மாற்றி
செம்பருத்தி மொட்டவிழ்கிறது
உள்ளங்கைகளில்.

இடை தாண்டி நீளும்
உன் பின்னிய கூந்தல்
பின்புறத்தில் நெளிகிறது
அபய சர்ப்பமாய்.

கொலுசணிந்த கால்களின்
மீது பட்டு உரசும்
பட்டுத்துணியினூடே
தெரியும் பாதங்கள்
நோகாமல் இருக்க
நெகிழ்ந்து கொடுக்கிறது
கருங்கல் தரை.

கண்களின் பிரகாசம்
உன் முகத்திற்கான
தீபாராதனை என
பிரம்மன் படைத்திருக்கலாம்.

குரலின் தித்திப்பில்
ஞாலம் நிறையட்டும் என
கலைவாணி
அருள் செய்திருக்கலாம்.

பிறவிப் பெரும்பயன்
நான் பெற்றேன்
உன் கடைக்கண்
பார்வைதனைப் பெற்றேன்.
~

ஒன்பது

௯

சூரிய மண்டலத்தின்
வெளிவட்டப் பாதையில்
சுற்றிக் கொண்டிருந்த போது
மறுபுறத்தில் சுற்றிக் கொண்டிருந்த
உன்னைக் கண்டேன்.

சூரியனுக்கும் சந்திரனுக்கும்
நடுவில்
அவர்களை விட
இன்னும் பிரகாசமாய்
உன் முகம்.

நவக் கிரக சந்நிதியில்
ஒன்பது சுற்று செய்தால்
வாழ்வில் அதிசயங்கள்
தோன்றுமெனச் சொன்னார்கள்.

நம்பாமல்தான் வந்தேன்
நம்ப வேண்டியதாகப்
போய்விட்டது
உன்னை அங்கே பார்த்ததும்.

ராகுவும் கேதுவும்
பாம்பாய்க் காலைப்
பின்னியிருந்ததால்தான்
வேலை வெட்டிக்குப்
போகமுடியவில்லையாம்.

சனியின் வக்கிரம்
உக்கிரத்தில் உள்ளதாம்
என்ன அக்கிரமம் இது?

கோயிலுக்குப் போ
குரு பார்வை
கோடி புண்ணியம் என
அனைவரும் வலியுறுத்தக்
கோள்களின் புண்ணியத்தில்
கோயில் வந்தது
உன்னைப் பார்க்கவோ?

உத்தியோக யோகம்
வரும் முன்
கல்யாண யோகம்
வந்துவிடும் போலிருக்கிறது.

சுவரில் எழுதப்பட்டிருக்கும்
கோளறு பதிகம் படிக்கிறேன்
கிரக தோஷ நிவர்த்தியை
ஈசன் கவனிக்க.

உன் விழிக் கோளங்களின்
பாதிப்பை
அவனிடமும்
சொல்லாமல் மறைத்து
எடுத்து வந்துவிட்டேன் என்னோடு.

அந்த சந்நிதிக்கு
இனி வெள்ளிதோறும் வருவேன்
வீட்டில் மகிழ்வார்கள்
ஊர்சுற்றிக்குப் புத்தி
வந்துவிட்டதென்று.

இப்போது நான்
ஊர்சுற்றி அல்ல
உலகம் கூட அல்ல
அகிலம் சுற்றுபவன்
கிரகங்களைச் சுற்றுவதால்.

எல்லாம் யாரால் என்று
உனக்கு நான்
சொல்லப் போவது எப்போது?
நாள் குறிக்கட்டும்
நவக் கிரகங்கள்.
~

பூஜ்ஜியம்

0

எதுவும் இல்லாததைப் பற்றி
எழுதுவதற்கு
எதுவும் இல்லாமல்
போவதில்லை உண்மையில்.

ஏதோ ஒன்று
இருக்கவே செய்கிறது
பற்றியிருக்கவும்
பார்த்து ரசிக்கவும்
பாராதது போல்
நடித்து ஒதுங்கவும்.
~

ஒன்றுமில்லை எனக்
கைவிரிக்கும் போது
கழுத்தை அழுத்தி நெரிக்கிறது
நுகத்தடியாய்
கொடுத்துக் கழிக்க வேண்டிய
கடன்களின் சுமை.

ஏதோ ஒன்று இருப்பதை விடவும்
சுமை மிகுந்தது
கையில் ஒன்றுமில்லாமல்
இருப்பது.
~

ஒன்றே ஒன்றாவது
கிடைக்காதா
என ஒவ்வொன்றைப்
பார்க்கும்போதும்
ஏங்குகிற ஆசை
அவ்வொன்றைப் பெற்றதும்
அலைக்கழிந்து
அதிலிருந்து விடுபடமுடியாதா
என ஏங்கும்போது
ஒளிந்து நின்று
முகம் காட்டிச் சிரிக்கும்.
ஒன்றுமில்லாமல்
இருந்த நாளின் ஆனந்தம்.
~

ஒன்றுமற்றதற்கு வட்டத்தை
குறியீடாக்கியவன்
ஞானியருள் ஞானி.

பூரணம் பொலியும் நிறைவும்
தொடங்கிய இடத்திலேயே முடிவதும்
வாழ்வை அர்த்தமுள்ளதாக்கும்
அமரத்துவமல்லவா?
அது ஒன்றைப் பத்தாக்கும்
அருஞ்செல்வமன்றோ?
~

பிருந்தா சாரதி

ஓராயிரம் யோசனைகளில்
ஓயாமல் அலைக்கழியும் மனம்
உள்ளூர ஏங்குகிறது
ஒன்றுமில்லாமல் ஓயும்
பொழுதொன்றிற்காக.
~

கூட்டிக் கழித்து வாழ்
பூஜ்ஜியம் என்று
புரிந்துகொண்டு போ.
~

இருந்து தொலைவது
தொலையாமல் இருப்பது
இரண்டும் சந்திக்க
கணக்கு முடிந்தது
விடை பூஜ்ஜியம்.
~

வெற்றிடத்தில்தான்
நடக்கிறது சுவாசம்
வெற்றிடத்தில்தான்
வாழ்கிறது உயிர்.
~

உன்னிலிருந்து உன்னைக் கழி
வரும் சுழி
அதில் விழி.
~

கையிலோ பையிலோ
ஒன்றுமில்லாமல் போவதல்ல
மனதில்
ஒன்றுமில்லாமல் போகமுடியுமெனில்
நீ பூஜ்ஜியமல்ல
பூஜ்ஜியஸ்ரீ.
~

பிருந்தா சாரதி

பூஜ்ஜியம் பிறந்த கதை

ஒன்று முதல் ஒன்பது வரை
மட்டுமே இருந்தன
ஒரு காலத்தில் எண்கள்.

ஒன்பதுக்குப் பிறகான
எண்ணிக்கைக்கு
எண்கள் இல்லை.

வரிசையாகச் சென்று
வழிபட்டன எண்கள்
கடவுளை.

நீடூழி வாழ்க என
ஆசீர்வதித்தார் அவர்.

வளர்ச்சியேயின்றி
வாழ்ந்து பயனென்ன
என்ற எண்கள் வரம் கேட்டன
பல்கிப் பெருக.

ஆசை நியாயம் என்பதால்
அப்படியே ஆகட்டும் என்றவர்
தாமும் அவ்வெண்களில் ஒன்றானார்
கொடுத்த வாக்கை நிறைவேற்ற.

இருப்பதைப் போல் இல்லாமலும்
இல்லாததைப் போல் இருக்கவுமான
தன் குணத்தை
எண்ணாய் மாற்றிப் பூஜ்ஜியமானார்
அன்று முதல்.

வரையறுக்க முடியாத
அவர் பின்னால் அணிவகுத்து நின்றன
வரையறைக்குட்பட்ட எண்கள் எல்லாம்.

அலகிலா விளையாட்டை
ஆடத்தொடங்கினார் கடவுள்.

முடிவிலாப் பயணத்தில்
மூச்சுவாங்கிய எண்கள்
'ஆளை விட்றா சாமி' என்று
கெஞ்சத் தொடங்கின.
~

வெற்றிடம்

எதை எதையோ உருவாக்கி
அடைக்கிறாய் வெற்றிடத்தை.

முடியுமா உன்னால் சிறிதளவு
வெற்றிடத்தை உருவாக்க.

செத்த பிறகு உருவாவது
நீ அடைத்துக்கொண்டிருந்த
வெற்றிடம்
காலி செய்யப்பட்டதால் வருவது.

உன் இழப்பு
ஈடு செய்ய முடியாத
ஒரு வெற்றிடத்தை உருவாக்குவதாக
உலகம் வருந்தினால்
பௌதிகம் தாண்டியும் கொஞ்சம்
நீ வாழ்ந்திருப்பதாகப் பொருள்.

அதன் அளவு
உன் அன்பின் அளவு
உன் கனவின் அளவு

உலகம் இதுவரை காணாத ஒன்றை
நீ கண்டதன் அளவு.

அது
உன் பௌதிகம் தாண்டி
நீ வளர்ந்ததன் அளவு.
அதற்காக நீ செய்த தியாகத்தின் அளவு.

ஒரு கண்ணீர்த் துளி அளவேனும்
உருவாக்கு அதை.

வெற்றிடமாய் அது
வாழ்ந்துகொண்டிருக்கும்
வெற்றிடத்தில்.

அங்கு யாரும் நுழைய முடியாது.
அது கடவுளும் நீயும் மட்டும்
சந்திக்கும் இடம்.
~

பிருந்தா சாரதி

'New Regulation'

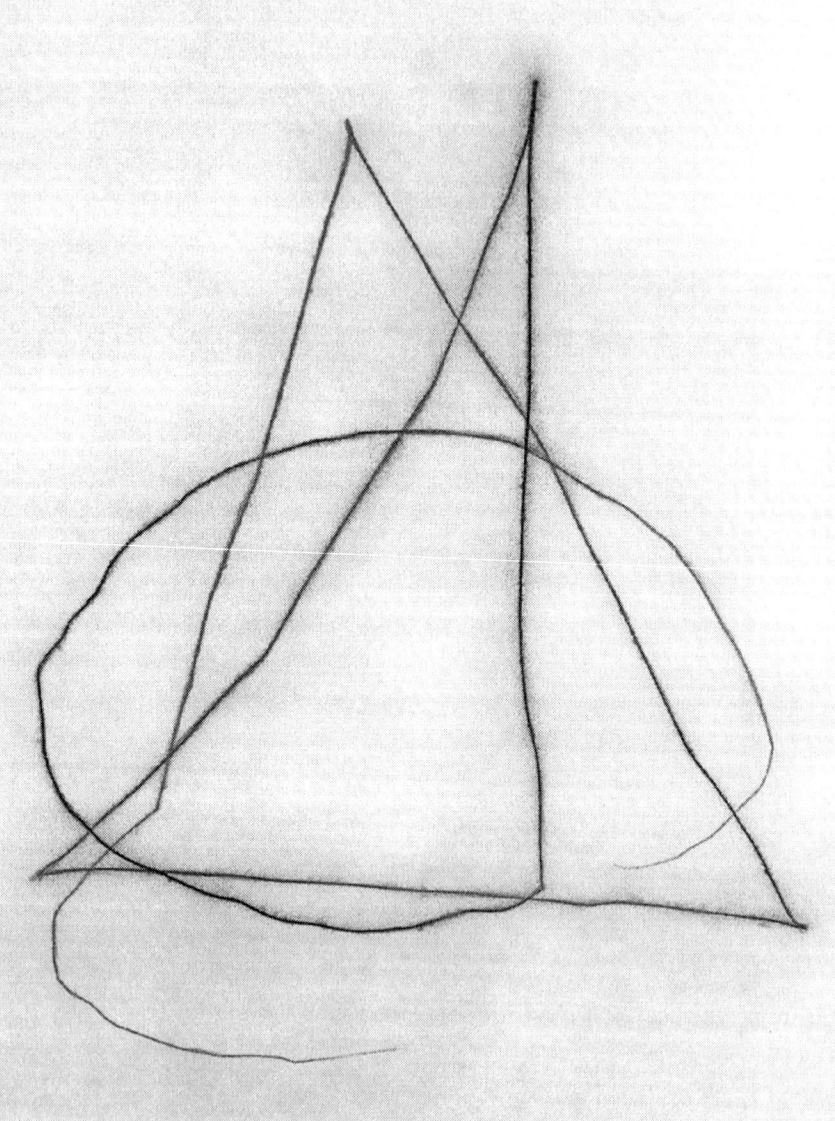

ஒன்றும் இல்லாதது

ஒன்றை முறித்தேன்
இரண்டானது

இரண்டையும் தரையில்
ஓங்கி அடித்தேன்
எண்ணிக்கையற்றுச் சிதறின

எல்லாவற்றையும் எரித்தேன்
ஒன்றுமில்லாமல் போனது

ஒன்றுமில்லாதைத்தான்
ஒன்றும் செய்யமுடியவில்லை
என்னால்.
~

பிருந்தா சாரதி

ஒன்றுமற்ற வெளியில்...

ஒன்று சிதறி
கோடி கோடியாய் விரிந்தாலும்
எல்லாம் திரண்டு ஒன்றானாலும்
அதுவோ அவையோ
யாவுமே
ஒன்றுமற்றதின் வயிற்றில்
சிறு கடுகு, கடுகின் விதை
தூசி, துகள்
அணு, அணுவின் தவிடு
அவ்வளவுதான்.

மண், மரம்
பறவை, விலங்கு
சூரியன், சந்திரன்
கோள்கள், நட்சத்திரங்கள்
நீ, நான்
யாவற்றையும்
ஒரு தொப்புள் கொடி
இணைத்துச் சுழல்கிறது.

அந்தச் சுழலும் வட்டம்
வியப்புடன் விரிவடைந்துகொண்டே போகிறது
ஒன்றுமில்லாத அப்பூஜ்ஜியத்தில்.

பிரம்மாண்டங்கள் எல்லாம்
தூசி துகள்களாய் மிதக்கின்றன
ஒன்றுமற்ற வெளியில்.

ஒன்றுமற்றது
ஒரு மாபெரும் கர்ப்பப்பை.

அண்டம் அதன் சூல்
பிரம்மாண்டம் அதன் சிசு.

~

முடிவிலி

காலத்தின் தீராத பக்கங்களை
முடிவில்லாமல்
புரட்டிப் புரட்டிக் களைத்து
பின்னும் அனிச்சையாய்த் தொடர்ந்து
புரட்டிக் கொண்டிருக்கும்
பைத்திய நிலை.

அக்கரை காணா இருட்டின்
அச்சமூட்டும் பேரமைதியில்
உறைந்து போயிருந்த
யுகங்களின் காத்திருப்பு
சிலிர்க்கிறது
திடீர் சலனத்தில்.

விழித் திரைக்கும்
கண்கட்டுவித்தை காட்டி
அகவெளிக்குள்
நுழைகிறாள் தேவதை
கற்பனையும் தீண்டாத
பேரழகோடு.

இருட் குகைக்குள்
வழி தேடிக் களைத்த
தடுமாற்றத்தில்
பித்தாகி நிற்கும் என்னை
பத்திரமாக வழி காட்டி
அழைத்துச் செல்கிறது
அவள் மூக்குத்தி ஒளி.

அவநம்பிக்கையின்
சிறு கீற்றும் நுழையாத
தைரியம் பிரகாசிக்கிறது
அவள் விழிகள் இரண்டிலும்.

பிருந்தா சாரதி

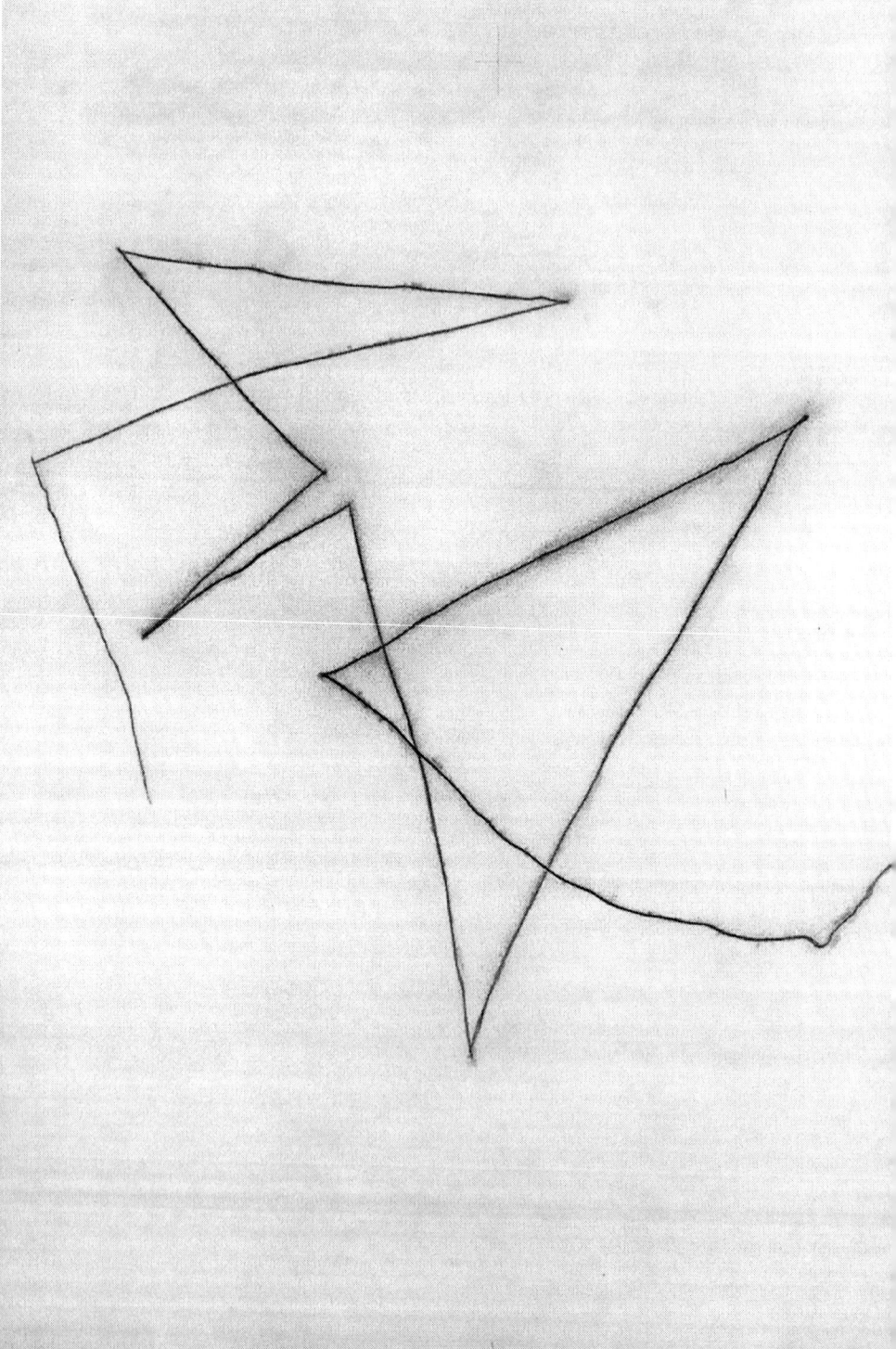

புறப்பட்ட
அகாலப் புற்றுக்கே சென்று
சுருண்டு விட்டிருக்கவேண்டும்
என் அனர்த்த பயங்கள்
அவள் கால் அரவத்தில் மருண்டு.

ஏழுலகங்களும்
அவள் சுந்தர வதனத்தில்
மயங்கி
லயித்து
ஸ்தம்பித்து
நின்ற கோலம்
நெஞ்சில் தோன்றுகிறது
அவள் தரும்
நயன தீட்சையில்.

பின்தொடர்கிறேன் தேவி
உன் ஸ்ரீசக்கரம்
கருணை பொழியட்டும்.
முடிவில்லாமல்...
~

பிருந்தா சாரதி

காலம்

கடலில் எத்தனை அலைகள்?
காற்றில் எத்தனைப் புயல்கள்?
விதையில் எத்தனை மரங்கள்? - அந்த
மரத்தில் எத்தனை விதைகள்?

காலம் என்பதோர் மாயமரம் - அதில்
துளிர்த்து உதிரும் உயிர்கள் எலாம்.

அண்டம் என்பதோர் பிரம்மாண்டம் - அதற்கு
முதலும் முடிவும் கிடையாதாம்.

ஒரு முடிவிலாப் பயணம் நடக்கிறது
அதன் பாதச்சுவடுகள் நாமெல்லாம்

இதில் கற்பனை ஆயிரம் விரிக்கின்றோம்
நாம் தோற்பதை மறந்து சிரிக்கின்றோம்.
~

அகம்

உறக்கத்தில் கேட்டது
நெருங்கி வரும் குதிரை ஒன்றின்
குளம்படி ஓசை
அவசரமாய் எழ முயன்றேன்
ஆனால் முடியவில்லை
உடல் மீது ஒரு பாறையை
ஏற்றி வைத்திருந்தது இரவு
நெருங்கி வந்த ஓசை
என் மீது ஓடத் தொடங்கியது
பிய்ந்து கிழிந்து நசுங்கி நைந்து
நார் நாராகிக் கொண்டிருந்தன
என் உடல் தசைகள்
இரத்தச்சேற்றின் மீது
நீண்ட தூரம் பயணிக்கிறது
அந்த அகாலப்புரவி
என் உடலும் விரிவடைந்தபடி
ஒரு சாலை போல் நீள்கிறது
என் எல்லா நரம்புகளும்
முறிக்கப்பட்டுக் கூழான பிறகு
மெல்லக் கண் விழிக்கிறேன்
பரபரப்பாய் உடலைத் தொட்டு
சோதிக்கிறேன்
நல்ல வேளையாய்
சேதம் எதுவும் இல்லை
உண்மையில் மகிழத்தான் வேண்டும்
ஏனோ வருத்தம் கவிகிறது உள்ளுக்குள்
என் மேல் பயணித்த புரவியே
மீண்டும் வா
மீண்டும் மீண்டும் வா
உன் முடிவிலாக்
குளம்படி ஓசைகளின் தாள லயத்தில்
கிறங்கிக் கிடக்கிறது என் அகம்.
~

பிருந்தா சாரதி

முடிவிலாக் காத்திருப்பு

உன் பாதம் பட்டிருந்தால்
மகரந்தப் பொடியாகி மணந்திருக்கும்
இந்தப் பாலைவனத்தின்
மணல் துகள்கள் எல்லாம்.

உன் விரல் தீண்டியிருந்தால்
கானம் ஊறி வழிந்திருக்கும்
ஒரு கல் வீணையைச்
சூல் கொண்டிருக்கும்
இந்தக் கற்பாறை.

உன் பார்வை பட்டிருந்தால்
சில பல நட்சத்திரங்கள்
சிதறி விழுந்து
வெளிச்சம் பெற்றிருக்கும்
என் பிசுபிசுத்த இரவுகள்.

உன் ஒன்றிரண்டு சொற்களை
வீசியெறிந்திருந்தால்
இந்தத் தரிசு நிலமும்
தங்க வயலாகி இருக்கும்.

உன் சுவாசங்களை
நானும் சுவாசிக்க முடிந்திருந்தால்
யோகம் ஏதும் புரியாமலேயே
சாகா வரம் பெற்றிருக்கலாம்.

காத்திருக்க மட்டும் வைத்தாய்
கல்பகோடி வருடங்களாய்...

இமைகளின் அசைவைக் கூட
உன் காலடி ஓசையாய் எண்ணித்
தவம் கலைத்து விழித்து
வெற்றுச் சொற்களோடு

விளையாடிக்
கொண்டிருக்கிறேன்
காலத்தின் முடிவிலாப் பொட்டலில்...

கவிதை என்று கைதட்டிக்
கொண்டிருக்கிறது உலகம்.

என் கண்ணீர்த் துளிகள்
வெடித்துச் சிதறிக் கொண்டிருக்கின்றன.
~

பிருந்தா சாரதி

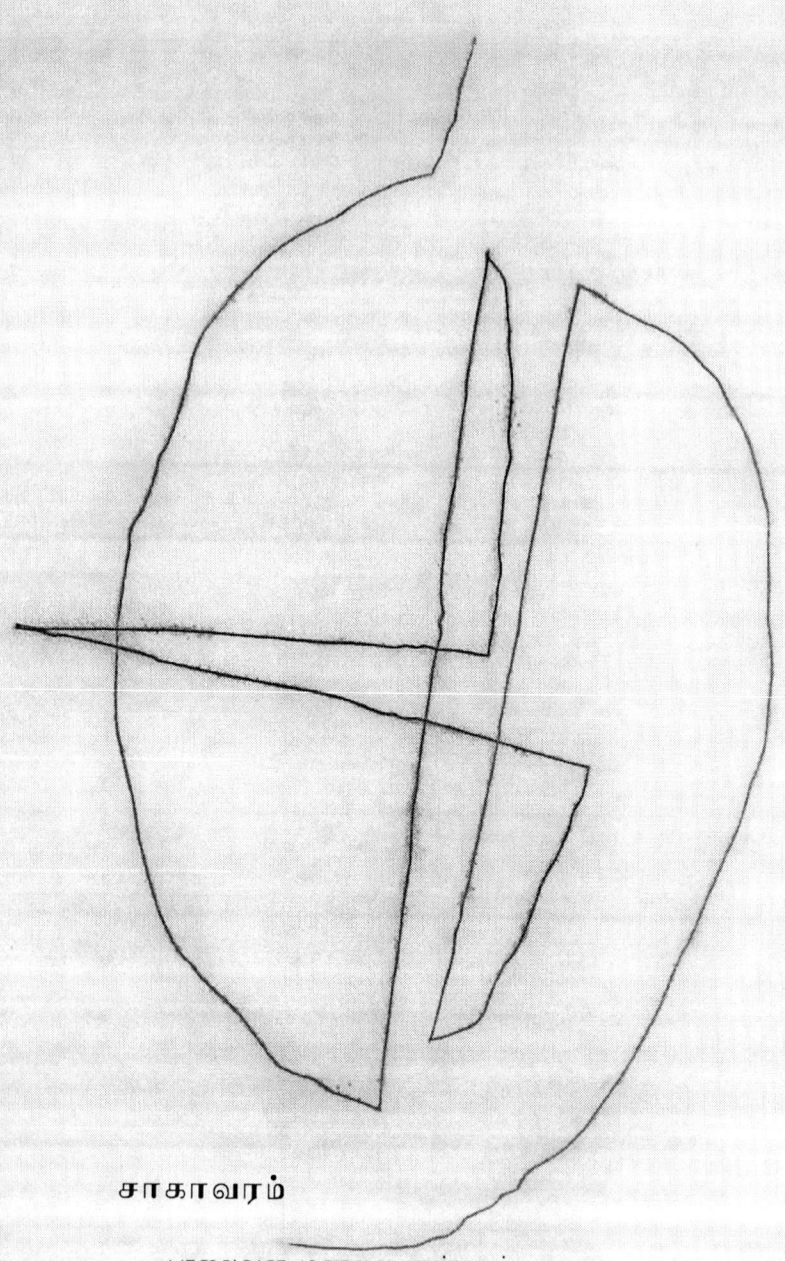

சாகாவரம்

பாலைவன மணலை எண்ணும்
சாபம் பெற்றவன்
சாகாவரம் பெற்றவன்.
~

பின்னம்

நீ ஒலி
நான் எதிரொலி

நீ உண்மை
நான் பிம்பம்

நீ சலனம்
நான் உயிர்

நீ கனவு
நான் தோற்றம்

நீ உள்ளுறை
நான் வெளிப்பாடு

நீ கவிதை
நான் கதை

நீ காட்சி
நான் கண்

நீ உணர்வு
நான் இயக்கம்

நீ கடல்
நான் அலை

நீ உருவிலி
நான் உருவம்

நீ முடிவிலி
நான் பின்னம்.
~

பிருந்தா சாரதி

கணக்குப் பரீட்சை:
முடிவிலாத் திகில் கனவு

நான் காணாமல் போனதைப் போல்
கண்டேன் ஒரு கனவு.

அது கணிதத் தேர்வுக்கு
முதல் நாள் இரவு.

புத்தகக் கிணற்றில் இருந்து
மனப்பாட வாளிகளால்
பதில்களை இறைத்து இறைத்துக்
கபாலத் தொட்டியில்
நிரப்பிய களைப்பில்
இமைகள் இரண்டும் சோர்ந்து விட
என்னையுமறியாமல்
தூங்கிவிட்டேன்

அந்த இரவில்
நான் காணாமல் போனதைப் போல்
கண்டேன் ஒரு கனவு.
~
வானத்தை நோக்கி வளரும்
மாபெரும் மாடிப்படி வரிசை.

சலவை உடையில்
ஒரு யூரோப்பியன் போல்
எடுப்பாய் இருந்த நான்
அந்தப் படிகளில் நளினமாய்
ஏறினேன்... ஏறினேன்...

மேலும் மேலும்
படிகள் வளர்ந்ததால்
ஏற முடியாமல்
கால்கள் கடுத்தன.

இளைப்பாறலாம் என்று
கைப்பிடிச் சுவற்றில்
சாய்ந்ததுதான் தாமதம்

எங்கிருந்தோ ஒரு கடிகாரம்
பத்து முறை எதையோ கதற
படபடப்புடன் படிகளில் பறந்தேன்.

அந்த மாய மாடியின் சிகரம்
எனது காலடியில்.

எதிரே ஒரு குகையின் வாசல்.

பயந்துகொண்டே உள்ளே
நுழைந்தேன்.
அது பிரம்மாண்டமான அறை.

அதனுள் ராணுவ அணிவகுப்பில்
ராட்சச மேஜை - நாற்காலிகள்.

ஒவ்வொரு மேஜையின் மேலும்
கட்டடம் போல் உயர்ந்த
காகிதக் கட்டுகள்.

உருவிய வாளுடன்
அங்கும் இங்கும்
நடைபயிலும்
விரைத்த மேஜர்கள்.

அந்த முகங்களில்
கருணையின் ரேகை
ஒன்றையும் காணோம்.
எனக்காகக் காத்திருந்த
நாற்காலியில் அமர்ந்ததும்
செய்தித்தாள் ஒன்றை
என்னிடம் கொடுத்தனர்.

வாசித்துப் பார்த்தேன் -
அது வினாத்தாள்.

உடைக்குள் நடுங்கியது
உடல்.

கண்கள் ஒரு முறை
அறையைச் சுற்றின.

அக்கம் பக்கத்து
நாற்காலிகளில்
வரலாற்றின் தூசி படிந்த
சரிகைக் கௌனுடன் சில
கஜினி முகம்மதுகள்.

விடைத்தாள் ஒன்றை
விரித்து வைத்தேன்
என் பேனாக் கத்தியால்
அந்தக் காகிதப் பேயின் மேனியில்
கீறினேன்... கீறினேன்...

மூன்று மணி நேரம் நீண்ட
மௌன யுத்தத்தில்
ஒரு திருப்புமுனை.

வரி வரியாய் பின்னிக் கிடந்த
எழுத்துகளின் வலையில்
என் கைவிரல் ஒன்று
சிக்கிவிட்டது.

விரலை இழுத்துப் பார்த்தேன்
விடுபடவில்லை
வலையை அறுத்துப் பார்தேன்
அறுபடவில்லை.

மெல்ல மெல்ல என்
விரலை... கரத்தை...
புஜத்தை... உடலை...
தலையை...
உள்ளே இழுத்தது
எழுத்து வலை.

பெரிய பெரிய
எழுத்துக்களும் எண்களும்
அறை முழுக்கப்
பரவிக் கிடக்க
அதனுள் தொலைந்துபோன
என்னை
அதன் பிறகு காணவேயில்லை.
~
நான் காணாமல் போனதைப் போல்
கண்டேன் ஒரு கனவு.

அது கணிதத் தேர்வுக்கு
முதல் நாள் இரவு.
~

பிருந்தா சாரதி

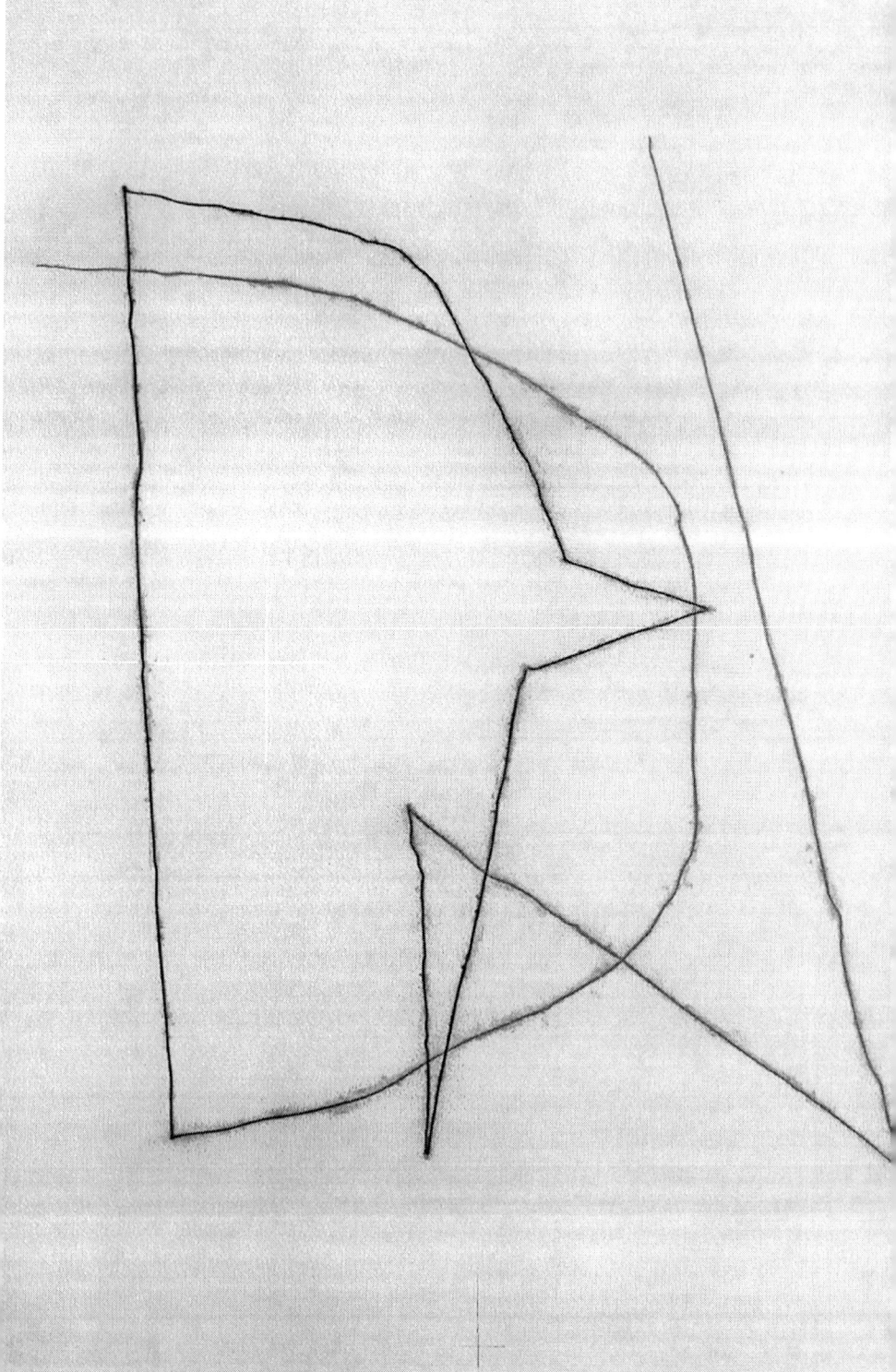

எண்ணும் எழுத்தும்

ஒன்று போதும்
ஒன்றே ஒன்று போதும்
போதும்.

~

இரண்டல்ல ஒன்றுதான்
ஒன்று நிஜம்
மற்றொன்று நிழல்.

~

மூன்றாவது கண் திற
முதல் இரண்டு கண் மூடி.

~

நான்மறை எதற்கு
நான் மறைவதற்கு

~

ஐந்தாம் படை யார்?
ஐந்து புலன்தான்.

~

ஆறாம் அறிவு ஏன்?
ஆறையும் தாண்ட.

~

ஏழு சுரங்களின் கருப்பை
மௌனம்.

~

எட்டை அறி
எட்டாதவை எட்டும்.

~

ஒன்பதோ எண்பதோ
சுற்றட்டும் கோள்கள்
நீயும் சுற்று.

~

சுழி முடிவில்லை...
விழி அழிவில்லை.

~

பிருந்தா சாரதி

எண்களைப் பின் தொடரும் பழனியப்பன்

ரவிசுப்பிரமணியன்

எண்கள் சதா நம்மை துரத்திய வண்ணம் இருக்கின்றன. நாமோ அதை உணர்வதில்லை. ஒரு கலைஞன் அதை உணரும்போது, அது படைப்பின் தாதாக மாறுகிறது. எண்களை தன் ஓவியங்களில் அதிகம் பயன்படுத்தியவர் ஓவியர் ஆர். எம். பழனியப்பன். அண்டம், வெளி, கோடுகள், கணித வரைபடங்கள், முத்திரைகள் மற்றும் எண்களின் வழியே அவர் மேற்கொள்ளும் ஓவியப்பயணம் சங்கேதமும் குறியீடுகளும் பூடகமும் நிறைந்தவை. பார்வையாளனை தோற்றத்துக்கு பின் சிந்திக்க வைத்துத் தேடலுக்கு வித்திடுபவை. எளிமையானது போல் தோற்றமளிக்கும் அவரது ஓவிய மொழி நுட்பம் நிறைந்தது. சாதரணப் பார்வைக்குப் பிடிபடாதது. கிராபிக் ஷீட்டில் சன்னமாக இழுக்கப்படும் அவரது கோடுகள், சட்டென்று நாமும் வரைந்துவிடலாம் என்று பார்வையாளனைத் தூண்டுபவை. ஆனால் அர்த்த லயத்தோடு வளைந்து செல்லும் அந்த கோடுகளின் லிபி புதிரானது. வகுபடா பின்னங்களாக முடிவற்று நீண்டு செல்லும் அவரின் கோடுகள் உணர்ச்சி மிகுந்தவை. எண்களால் உணர்வுகளை அளந்து, கோடுகளால் வகுக்கும் பழனியப்பனின் இந்த புதுவித கணிதமொழி வேறு யாருக்கும் வாய்த்திராத ஒன்று. பிரக்ஞைப் பூர்வமாய் நீங்கள் ஒன்றை பார்த்துக்கொண்டிருக்கையில் அதன் நேர் எதிர் திசையில் உங்கள் உணர்வுகளை இழுத்துச் செல்லும் மாயம் கொண்ட ஓவியங்கள் அவை. அவ்வகை ஓவியங்கள் இந்த நூலின் உள் பகுதியில் இடம் பெற்றுள்ளன. இந்த கவிதைத் தொகுதியின் கவிதைகளுக்கும் இந்த ஓவியங்களுக்கும் எண்களை மையமாக வைத்து ஒரு அபூர்வ உறவு கூடி வந்துள்ளது.

1957ல் தேவக்கோட்டையில் பிறந்த பழனியப்பன், சென்னை ஓவியக் கல்லூரியில் பயின்றவர். பதிப்போவியத்தில் வித்தகர். இந்தியாவிலும் பல்வேறு உலகநாடுகளிலும் தன் பதிப்போவிய கண்காட்சிகளை நடத்தியவர். தற்போது சென்னை லலித்கலா அகாடமியின் தென்மண்டலச் செயலாளராகப் பணிபுரிந்து வருகிறார். குறிப்பிடத்தக்க விருதுகளையும் படைப்பு கௌரவங்களையும் பெற்றவர். நடனமிடும் படிக்கட்டுகள், நாட்காட்டி வரிசை, ஆவணம், வான்வெளி, கிரகங்கள், பெர்லின் பக்கங்கள் போன்ற தலைப்புகளில் வரையப்பட்ட இவரது ஓவியங்கள் உலகப்புகழ் பெற்றவை. லண்டனின் பிரிட்டிஷ் அருங்காட்சியகம், விக்டோரியா ஆல்பர்ட் அருங்காட்சியகம், வாஷிங்டனின் லைப்ரரி ஆஃப் காங்கிரஸ், சின்சினாட்டி அருங்காட்சியகம், புது டெல்லியின் நவீன ஓவியங்களுக்கான தேசிய அருங்காட்சியகம் போன்ற இடங்களில் இவரது ஓவியங்கள் இடம்பெற்றுள்ளன.